Tập truyện

Những
Tình
Phớt

Bùi ngọc Khôi
California, 2016

Theo tình tình phớt

Những tình phớt

Chân cầu vồng 5
Bức tranh Norman Rockwell 43
Gương thần 93
Thùng sách 125
Mắt xám buồn 163
Áo 193

Chân Cầu Vồng

Vài chiếc lá rớt trên mũi xe. Cánh cửa lưới đập mạnh hơn. Chắc Truyền không có ở trong vì nếu có nàng đã đi ra khóa nó lại. Tại sao tôi cứ ngồi đây mà đoán mà vẽ mà không dám trực diện với sự thật?

1

Sáu giờ sáng dậy thấy trời bên ngoài còn lờ mờ tối, tôi đâm lười không muốn đi làm, nằm vật lại xuống giường. Cơn mưa rỉ rả từ đêm qua vẫn chưa tạnh, cửa kính phòng ngủ mờ đi với những giòng nước bên ngoài rỉ dài từ trên xuống. Vài ba cái lá ở đâu bị gió thổi đến dính bệt trên mặt kính. Trong khi bên ngoài vừa ướt vừa lạnh thì trong này chăn nệm thật ấm, ai mà muốn đi ra khỏi giường. Tôi hé chăn lên nhìn sang bên cạnh, Dung nằm kéo chăn lên che kín gần hết mặt, hơi thở đều đều. Thôi kệ! Nằm nướng vài phút đã. Nghĩ thế xong tôi bắt chước vợ kéo chăn che mặt rồi nhắm mắt ngủ tiếp.

Tôi không biết mình ngủ thêm được bao lâu cho đến lúc giật mình khi bị Dung đá một cái vào chân thật mạnh.

- Anh dậy đi, trễ giờ đi làm rồi kìa! Gần bảy giờ rồi ... bộ tối qua anh quên để đồng hồ báo thức hả?

Ừ hử mấy tiếng trong miệng, tôi càu nhàu xong rồi cũng đành bò ra khỏi giường lết vào phòng tắm. Đánh răng rửa mặt xong, tôi xỏ đại bộ quần áo đã mặc hai hôm trước vẫn còn treo trên mắc rồi đi xuống nhà dưới thấy vợ đang ngồi bó gối cạnh cửa sổ bếp, vén màn nhìn ra ngoài.

- Mưa tạnh rồi, Dung lên tiếng.

- Tạnh rồi chứ không anh sẽ ở nhà hôm nay.

Dung không nói gì, đưa cho tôi tách cà phê sữa mới pha. Uống một ngụm nóng muốn bỏng môi, tôi nhăn mặt đưa trả lại cái tách. Vợ tôi có tính pha cà phê thật nóng, điều tôi không thích.

Cơn mưa đã tạnh thật. Chắc hôm nay nhiều người còn lười hơn tôi quyết định nằm nhà nên ra đến xa lộ tôi thấy xe cộ rất thưa thớt. Mặt đường còn ướt, tôi lái chậm xuống trong khi đầu óc thì vẫn còn nghĩ đến cái chăn êm nệm ấm ở nhà và tấm thân mềm mại của vợ.

Hơn mười lăm phút sau, xe leo lên cái con dốc quen thuộc. Xe vừa lên gần đến đầu dốc thì tôi thấy chỏm một cái cầu vồng nhú lên. Lên đến đầu dốc thì cả một cầu vồng thật to hiện ra bắc ngang xa lộ, một chân bên này đường chân bên kia. Tôi chưa bao giờ thấy cầu vồng nào đẹp như lần này, từ lúc còn ở quê nhà cho đến mấy năm sống bên Mỹ. Cái cầu vồng này dường như to hơn và cao hơn tất cả những cái tôi thấy trước kia. Những màu sắc của nó trông đậm hơn và rõ hơn. Có một cái gì về cái cầu vồng này thu hút tôi, mời mọc tôi. Trong đầu tôi nảy ra ý định đi đến tận nơi dưới nó để ngước lên nhìn xem nó ra sao, nói thế nhưng càng đi đến thì thấy nó dường như cứ giật lùi mãi làm mình không đến được. Rốt cuộc tôi phải rẽ sang xa lộ 132 đi về hướng Bắc vào thành phố để đến sở mà trong lòng cảm thấy tiếc.

Tối hôm đó về tôi kể lại cho vợ nghe thì bị cười là trẻ con. Dung bảo có lẽ trúng vé số độc đắc còn dễ hơn là đi dưới cầu vồng vì một cái là thực tế dù xa vời trong khi cái kia là ảo mộng. Đứa con gái năm tuổi của vợ chồng tôi nghe cha mẹ kể chuyện cầu vồng, lại kéo tay áo tôi hỏi.

- Ba thấy *rainbow* sáng nay hả ba?

Tôi ngạc nhiên lẫn thích thú khi thấy con bé nghe lõm bõm hai chữ việt cầu vồng mà hiểu là gì. Tôi bế xốc nó lên, đặt ngồi lên đùi mình rồi đáp.

- Ừ, ba thấy *rainbow* đẹp lắm.

Con bé hỏi tiếp.

- Thế ba có đi lại cái chân cầu vồng không?

Vợ tôi đang chúi mũi vào cái nồi thịt kho, quay lại chọc.

- Ba con đi dưới cầu vồng mà còn chưa được thì làm sao tìm được chân cầu vồng.

- Ba phải đi tìm chân cầu vồng đấy, nó vòi.

- Tại sao? Tôi thắc mắc.

- Vì dưới chân cầu vồng có hũ vàng.

À ra thế! Bây giờ tôi nhớ lại câu chuyện *Winnie the Pooh* đọc cho nó tối hôm nọ. Mà hầu như chuyện nhi đồng Mỹ nào cũng thế, bảo dưới chân cầu vồng đều có một hũ vàng.

- Ba con không đi tìm hũ vàng đâu, vợ tôi nói, ba con muốn đi dưới cầu vồng để xem ai ở trên đó bị trợt chân rơi xuống.

Nhìn mặt đứa con gái ngẩn tò te, tôi phải giải thích cho nó ở Việt Nam cha mẹ hay đem chuyện những người nào khi chết thì bị bắt đi lên cầu vồng ra kể để răn dạy con cái. Những ai trong khi còn sống làm những điều gian ác thì sẽ trợt chân rớt xuống một con sông ở dưới toàn rắn rít cắn chết, còn ai trước kia làm việc thiện thì qua được bên kia cầu vồng để lên trời ở.

Con bé trố mắt nghe xong nói.

- Nhưng người ta chết rồi mà sao lại chết nữa mà chết rồi thì không còn sợ rắn mà ba!

Phần bị bí không biết đáp ra sao, phần muốn tránh nói chuyện chết chóc với trẻ con, tôi nói lấp liếm- Ừ thì hồi đó ông bà nội kể cho ba vậy thôi, ba không biết, rồi bắt sang chuyện khác. Con gái tôi bỏ đi lên lầu, một lúc sau trở xuống trên tay cầm quyển sách hình *Winnie the Pooh* đi lại chỗ tôi ngồi, lật trang cuối ra chỉ cho tôi bức hình con gấu con và mấy đứa bạn đang nhảy múa xung quanh hũ vàng dưới chân cầu vồng.

- Ba thấy chưa? Có hũ vàng thật mà. Ba tìm đi rồi có tiền mua cho con búp bê *Barbie*.

Nhìn cơn mưa trở lại ban đêm rỉ rả ngoài cửa sổ, tôi đoán thế nào hôm sau cũng thấy lại cái cầu vồng.

Sáng đến khi vào trong xa lộ, tôi phóng xe nhanh hơn. Xe đi lên gần đến đỉnh dốc tôi vẫn chưa thấy chỏm cầu vồng như sáng hôm qua. Lên đến đỉnh thì tôi mới thấy nó hiện ra nhưng lần này xa hơn dù vẫn to với một chân bên này xa lộ chân bên kia. Lần này cái cầu vồng không cần đi giật lùi nữa, hình như nó biết tôi đã bỏ cuộc.

Ở trong sở vào giờ *break*, không hiểu sao tự dưng tôi đem chuyện cái cầu vồng ra nói với Marcus. Dĩ nhiên tôi không đả động gì đến cái ý định trẻ con tìm cách đi dưới nó nhìn lên xem ra sao. Tên đen duy nhất trong hãng nhe hàm răng trắng nhởn bảo.

- Tôi nghĩ cái chân cầu vồng này nằm dưới Forestville đó.

Forestville là một cái làng lác đác khoảng vài chục căn nhà và nông trại nuôi lục súc và một cái xưởng làm xi-măng thật to cách giao điểm xa lộ 48 từ nhà tôi và 132 cả chục dặm. Cái làng này nằm sát bìa xa lộ, đi sâu vào trong chỉ toàn là những cánh đồng trống và vài khu rừng con, có lẽ vì thế có cái tên là "tỉnh rừng". Tôi nhớ đã có lần lái xe chở vợ con đi ngang qua. Vào đến làng thì phải giảm tốc độ xuống đi thật chậm như rùa bò vì đường xấu lồi lõm những ổ gà và nứt nẻ. Đầu một con đường đất nhỏ thấp thoáng hiện ra sau mấy thân cây cổ thụ cao lớn. Tôi ghé lại nhìn vào trong. Con đường đất đi dọc theo một cánh đồng có lẽ của tư nhân vì có hàng rào gỗ đã xiên vẹo bọc xung quanh, con lộ đi tuốt vào trong rồi rẽ khuất sau một hàng cây. Tôi lái xe vào con đường đất đó. Dung hỏi vào trong làm gì. Tôi đáp để xem có gì lạ. Nói thế nhưng đi được một quãng thì tôi quay trở ra vì con đường trở nên gồ ghề hơn, nhiều chỗ có ổ gà bùn nhớp nhúa văng lên bẩn cả xe.

- Ông có bao giờ vô Forestville chơi? Tôi hỏi Marcus.

- *You mean redneckville?* Tôi có một người bạn ở trong đó. Tôi chỉ đến một vài lần! Trong đó toàn một lũ *redneck*, ngay cả cái thằng tôi quen. Tụi nó thấy mình đen, chúng nhìn mình từ trên xuống dưới như là người từ hành tinh nào đến. Từ ấy tôi cóc đến cái làng con đó.

Giờ cơm trưa tôi nhịn đói để đi lại bộ Giao Thông tái đăng bộ cái xe. Sáng nay Dung căn nhằn nói, anh đi lo cái vụ xe đi, bữa nay là hạn chót đấy, có cái tem hai chục xen không mua gởi mấy hôm trước cho rồi. Nước đến chân mới nhảy, tốn cả thì giờ!

Giờ nghỉ trưa ai cũng lo chạy giấy tờ riêng nên hàng thật là dài. Tôi đứng cả nửa giờ đồng hồ mới lên được chỗ đứng đầu, chờ đến lượt mình. Nhìn đồng hồ thấy chỉ còn hai chục phút nữa thì phải trở vào sở, tôi đâm sốt ruột. Tôi nhìn người đàn bà đang đứng trước quầy làm giấy tờ với nhân viên sở. Bà ấy xong thì đến phiên tôi mà sao bà ta nói chuyện với nhân viên đã lâu mà giải quyết chưa xong việc. Nhìn từ sau lưng, tôi biết bà ta là người Á đông nhưng không rõ là dân xứ nào. Bà nói rất nhỏ nên tôi không nghe rõ để đoán được nguyên xứ bà ta căn cứ vào giọng nói. Người nhân viên dường như đang gặp khó khăn nói chuyện với người đàn bà ấy. Ông ta nói thật chậm và hơi lớn tiếng giải thích cách thức thi bằng lái xe. Người đàn bà có lẽ anh văn kém hay kỳ kèo gì nên cứ hỏi tới hỏi lui làm người nhân viên đâm khó chịu. Ông ta hỏi.

- Bà cần người thông dịch không?

Người đàn bà mặt ra vẻ khó chịu, không gật đầu mà cũng không lắc đầu.

Người nhân viên hỏi tiếp.

- Bà là người trung hoa?

Bà ta lắc đầu, nói lí nhí gì đó trong miệng.

Người nhân viên lắc đầu, chậm rãi nói.

- Xin lỗi bà, chúng tôi không có nhân viên nói tiếng việt được. Bà nên về tìm ai nói được tiếng anh và việt rồi trở lại.

Tôi vội tiến lại quày lên tiếng.

- Xin ông cho tôi giúp. Tôi biết song ngữ việt và anh.

Nghe câu tiếng anh trôi chảy của tôi, lão nhân viên mặt tươi lên ngay rồi vắn tắt giải thích cho tôi là người đàn bà việt muốn thi bằng lái xe, bà ta chưa có bằng viết nhưng cứ đòi thi lái để lấy bằng cho nhanh. Luật bắt phải có bằng viết trước đã.

Tôi quay sang giải thích cho người đàn bà Việt nhưng bà ta vội cắt lời.

- Tôi hiểu ông Mỹ nói gì nhưng tôi muốn thi bằng lái ngay mà không cần thi viết. Tôi lái xe được mà.

Hơi ngỡ ngàng về thái độ ngang tàng của người đàn bà nhưng tôi điềm tĩnh giải thích.

- Không được đâu, luật đã nói thế thì mình phải làm theo dù bà đã biết lái và dù có lái giỏi đi chăng nữa. Nhân viên họ phải làm theo luật, họ không thể phá luật để chiều bà được. Nhưng tại sao bà không thi viết, thi viết dễ lắm.

Người đàn bà Việt nhìn tôi đăm đăm rồi nói khẽ.

- Tôi không biết đọc tiếng Mỹ.

Tôi à lên một tiếng.

Người nhân viên hết nhìn tôi xong nhìn sang người đàn bà có vẻ nóng nảy. Tôi nói cho ông ta cái khó khăn của người đồng hương. Ông ta lắc đầu bảo.

- Xin lỗi quý vị, chúng tôi chưa có *test* bằng tiếng việt. Hiện nay chỉ có *test* bằng anh ngữ, tây ban nha và tiếng hoa. Nhiều người đã than phiền và tiểu bang đang xúc tiến chuyện này. Có lẽ năm tới mới có. Một là chờ đến năm tới, hai là bà qua tiểu bang bên cạnh thi vì bên đó họ có test việt ngữ, lấy bằng ở đó rồi đem về đây đổi lại.

Tôi dịch lại cho người đàn bà. Nhìn mặt bà ta có đầy bực bội lẫn thất vọng, tôi đâm tội nghiệp nhưng bất lực không biết làm gì được. Người đàn bà Việt không nói gì, lẳng lặng xách ví đi ra cửa.

Người nhân viên quay sang lo giấy tờ xe của tôi.

Mười phút sau tôi đã thanh toán xong vụ đăng bộ xe. Ra đến bãi đậu xe bên ngoài, tôi thấy lại người đàn bà đó đang đứng bên cạnh một chiếc xe kiểu Mỹ to lớn cũ mèm. Bà trông lo lắng ra mặt, nhìn quanh quất như cần ai giúp điều gì. Thấy tôi đi ra, bà chạy đến nói cần tôi giúp một tay vì không hiểu sao xe không nổ máy. Dù đã trễ giờ vào sở lại nhưng thấy nét mặt cầu khẩn của bà, tôi không nỡ lòng nào bỏ đi. Phần tôi nghĩ sau này gia đình mình biết thêm người đồng hương càng tốt. Ở cái tỉnh hẻo lánh này chỉ loe que vài gia đình Việt.

Vặn chìa khoá để máy, tôi nghi xe bà ta bị chết bình điện vì không đủ sức để quay động cơ. Tôi mở cái *hood* lên rồi đi vòng ra trước xem. Cái bình điện trông cũ mèm, *acid* đã ăn đi phần mặt trên. Lời giải thích của tôi chỉ làm bà ta lo thêm làm tôi phải an ủi.

- Để tôi đem xe tôi lại đây câu bình cho nổ máy rồi bà ra cái trạm xăng đầu đường mua bình điện khác thay bình này, cũ lắm rồi.

Những nét lo lắng trên mặt bà nhăn lên thêm. Tôi nghĩ chắc bà không có tiền mua bình điện mới.

"Không có tiền mua bình thì đi xe làm gì rồi lại chưa có bằng nữa, ẩu ghê," tôi nghĩ thế nhưng thấy ý nghĩ mình ác.

Sau khi câu điện và nổ được máy chiếc xe cũ kỹ, tôi xuống xe nói với người đàn bà may là chỉ hư bình điện vì thay bình điện là rẻ nhất còn đụng vào mấy thứ khác như *starter* hay *alternator* thì cạn túi. Lời giải thích của tôi không làm bà ta vui lên mấy vì những nét lo lắng vẫn còn đó. Cho là bà không có tiền mua bình điện, tôi nói khéo.

- Nếu bà bận không thay bình điện lúc này cũng được nhưng về nhà nên nói ai đó ... chồng bà ... thay ngay đi kẻo xe bị chết máy giữa đường. Bà phải để máy chạy luôn về đến nhà, nếu tắt máy dọc đường thì phải câu bình một lần nữa như tôi mới làm.

Người đàn bà vẫn không nói gì, chỉ đưa mắt nhìn cái xe cũ kỹ của mình. Tôi hỏi bà ở đâu. Bà ta trả lời ở Forestville. Tôi đề nghị lái theo bà về tận nhà, nếu giữa đường trục trặc xe thì sẽ giúp. Bà ta gật đầu ngay rồi lên xe lái ra đường.

Lái xe đằng sau, tôi thấy bà này tay lái vững, thi bằng sẽ đậu nhưng bà lái còn hơi chậm, có lẽ mới học lái hay ít tập hay tính như Dung không thích lái nhanh.

Đi trên xa lộ 132 hơn mười dặm, bà ta đổi sang xa lộ 56 nhỏ hơn đi về hướng Tây. Nếu đi ngược đường về hướng Đông thì về nhà tôi.

Đến Forestville, tôi ngạc nhiên vô cùng khi thấy bà ta quẹo vào con đường đất mà tôi vào trước kia nhưng lại quày trở ra. Tự nhiên tôi cảm thấy kích thích hiếu kỳ, muốn biết thêm về người đàn bà đồng hương này.

Con đường đất đã mấy năm qua có vẻ khá hơn dù vẫn còn lồi lõm gồ ghề nhưng không nhiều. Đi tuốt vào trong khá xa mới đến chỗ có một hàng cây thật cao thì con lộ rẽ ngoặt về trái. Từ xa lộ nhìn vào không tài nào thấy được những gì núp sau hàng cây. Vào đến trong mới thấy vài căn nhà gỗ nhỏ rải rác đâu đó giữa những cánh đồng cỏ xanh rì sau những trận mưa nhưng sẽ dần dà ngả sang màu vàng cháy dưới ánh nắng nóng đổ lửa trong mùa hè. Giữa cánh đồng có hàng rào gỗ xiên vẹo mà con đường đất chạy dọc theo là một căn nhà đồ xộ, có lẽ của một tay giàu sụ làm chủ mấy nông trại trong tỉnh. Con đường đất vào đến trong thì tốt hơn nhiều. Tôi nhìn mấy căn nhà cố đoán xem nhà nào của người đàn bà nhưng xe bà ta chợt ngừng lại. Bà quay cửa kính xe xuống rồi thò đầu ra ngoài ý như muốn nói với tôi điều gì. Tôi cũng ngừng xe lại đậu song song rồi hạ cửa kính bên phải xuống.

Bà ta lên tiếng nói lớn.

- Đến rồi, thôi, cám ơn ông. Ông biết đường ra chứ?

Tôi vội bước xuống xe tiến lại, dặn bà ta thêm một lần nữa phải thay bình điện trước khi đi đâu nữa để tránh chết máy dọc đường. Tôi định hỏi thêm một vài câu về bà ta, về gia đình bà, nghĩ mình là "vị cứu tinh" thì bà sẽ vui vẻ nói chuyện nhưng tôi có cảm tưởng bà ta có vẻ muốn tránh kéo dài nói chuyện, tôi gật đầu chào bà rồi lên xe quày trở ra, trở lại xa lộ đi về sở.

Tối về tôi kể lại cho Dung nghe về người đàn bà ở Forestville. Vợ tôi bảo có chồng ga-lăng lúc nào cũng sẵn sàng ra tay giúp phụ nữ. Tôi đáp lại bà này nhan sắc thua "vợ anh" xa. Dung chỉ mỉm cười.

~§~

2

Hơn hai tuần sau thì tôi gặp lại người đàn bà Forestville, lần này trong một siêu thị gần sở làm cũng vào giờ cơm trưa. Tôi đang đứng trước một cái quày bày *cereal* để chọn một hộp cho đứa con gái. Trên quày có mấy chục hộp màu sặc sỡ đủ hiệu khác nhau. Con bé dặn phải mua cái hộp màu đỏ có hình vẽ *Captain Crunch* bên ngoài. Tôi biết nó thích loại này vì trong hộp có đồ chơi. Tìm đúng được hộp *cereal* con dặn, tôi cầm lên bỏ vào trong giỏ thì có ai nói tiếng việt sau lưng, chào ông, làm tôi quay lại.

Người đàn bà ở Forestville đứng đó tự lúc nào, vẫn trong cái áo *denim* xanh bạc màu nhưng hôm nay bà mặc một cái quần *jean* cũng bạc màu và áo thun trắng. Trông bà ta thật là Mỹ. Tôi thì thấy hơi kỳ, một phụ nữ Việt đã đứng tuổi lại ăn mặc như một *cowgirl* Mỹ, nhất là với đôi bốt da đen đế cao. Bà ta chỉ còn cần cái mũ vành là thành gái chăn bò một trăm phần trăm.

- Cháu mấy tuổi hả ông? Người đàn bà hỏi.

- Ô! chào bà, bà cũng đi chợ ở đây?

- Chứ ở đâu khác hả ông? Dưới chỗ tôi làm gì có siêu thị to lớn như thế này. Cháu lớn chưa ông? Bà lập lại câu hỏi mà tôi chưa trả lời.

- Được năm tuổi, sao bà biết tôi có con?

- Đoán đại thôi vì trẻ con thích loại *cereal* này chứ người lớn thường ăn những hiệu khác.

Nói xong người đàn bà cũng đứng im đó, hai tay thọc trong hai cái túi quần bó sát, những ngón tay ngọ nguậy trong túi như tìm một cái gì. Chợt bà ta rút tay ra khỏi hai cái túi hai bên quần rồi móc ví từ túi sau, lấy ra một tờ giấy trắng nhỏ đưa lên trước mặt tôi xong nhét lại vào trong ví.

- Bằng lái xe tạm của tôi đây. Tuần trước tôi thi đậu. Phải nhờ người quen chở qua tiểu bang bên cạnh thi đấy. Được bằng viết tôi trở lại thi bằng lái ngay.

- *Congratulation!* Bà thi có khó khăn gì không?

Nhét tờ giấy lại vào ví, bà ta đáp.

- Dễ thôi. Tôi biết lái xe đã lâu nhưng lười đến giờ mới thi lấy bằng cho hợp lệ.

- À, còn xe bà sửa chưa? Bà đã mua bình điện mới rồi chứ.

Một nụ cười hãnh diện nở trên môi người đàn bà.

- Tôi thay bình rồi, tự tay tôi làm.

Bà ta ngừng nói nhìn tôi. Tôi đoán bà muốn tôi hỏi thêm về sự kiện bà đã tự tay mình sửa xe hơi, một chuyện lạ đối với phụ nữ người việt, để có dịp kể thành tích vì chính tôi cũng chưa dám làm việc đó. Đúng lúc đó có tiếng một đứa nhỏ gọi *"Dad"* sau lưng làm tôi quay đầu lại nhìn sau lưng. Một thiếu phụ á đông cùng lứa tuổi với tôi, tay dắt một thằng bé độ vài tuổi trông rất kháu. Thằng bé giựt tay nó ra khỏi tay mẹ nó rồi chạy đến nhưng khựng lại khi nhìn lên thấy mặt tôi. Người thiếu phụ đó tiến lại gần bế đứa bé trai lên rồi xin lỗi tôi thằng nhỏ nhìn lầm tưởng tôi là cha nó. Tôi nói không sao cả. Khi tôi quay lại thì người đàn bà Forestville đã đi ra đến cửa. Tôi rất lấy làm ngạc nhiên về thái độ này, nhìn bà ta vừa đi khuất sau cửa tiệm. Cầm hộp *cereal* và bịch *tortilla chips* ra quầy trả tiền xong, tôi đi ra bãi đậu xe mà trong đầu vẫn còn thắc mắc về thái độ của người đàn bà Forestville.

"Mình cũng chưa biết tên cái bà này," tôi nghĩ.

. . .

Thêm một sáng chủ nhật nhưng tôi không được ngủ trễ, bị vợ bắt dậy sớm thay quần áo đi nhà thờ. May mà đội banh *football* của tôi không chơi sáng chủ nhật này mà là tối thứ hai. Dung bắt tôi đi nhà thờ một mình, lấy cớ mình phải đưa con bé về thăm ông bà ngoại nó vì đã lâu chưa đến.

Cách nhà thờ vài *blocks* tôi đậu xe xong đi bộ đến. Vào trong tôi lựa chỗ ngồi gần cửa hóng gió. Những bộ mặt trắng quay lại nhìn. Vài người quen đưa tay bắt hỏi thăm. Tôi chỉ cười, không nói gì. Đúng tám giờ tiếng đàn *keyboard* trỗi lên rồi vị mục sư từ phòng bên hông phòng lễ đi vào. Trong suốt hai giờ đồng hồ tôi đứng lên xong lại ngồi xuống theo người ta, tay tôi cũng cầm quyển thánh kinh dày cộm như mọi người nhưng nào có đọc gì.

Sau cùng rồi lễ cũng xong. Người ta lục tục đứng lên đi ra sân bên ngoài. Tôi đi theo ra. Như thường lệ, nhà thờ bày mấy cái bàn ra bán bánh ngọt và nước uống để gây quỹ và cho những người đi lễ có dịp trò chuyện với nhau. Đang phân vân không biết nên chuồn hay đi lại chào vài người quen, tôi giật mình khi có ai chụp lấy vai tôi từ đằng sau rồi một giọng ồm ồm quen thuộc.

- *You, Vietnam, long time no see.*

Tôi quay lại bắt bàn tay vồn vã của Jim. Một người cao lớn, cao hơn tôi cả một cái đầu, trẻ trung, hồn nhiên và vui tính, có lẽ là bạn Mỹ duy nhất của tôi tính đến ngày nay. Hắn trách tôi cả tháng không đến rồi lôi tôi ra chỗ bán nước giữa sân cỏ. Thấy Jim móc túi lấy ví, tôi gạt ngang nói để mình đãi hắn bánh nước.

- A, tôi quên, cậu đã có *job* rồi. OK, trả đi. Mình ra chỗ bóng mát rồi cậu kể tôi nghe về cái việc làm mới.

Nói chuyện với Jim hết nửa tiếng đồng hồ tôi nói phải đi về. Hắn bắt tay tôi bảo- Cố đến thường hơn.

Lúc đi ngang bãi cỏ dọc trước cửa mấy phòng học thánh kinh, tôi nhìn ra sân xem còn ai quen để lại chào hỏi vài câu. Trong cái biển đầu tóc vàng, hung, đỏ và nâu, vài đầu đen nhấp nhô lên xuống. Tôi khựng lại. Một cái áo *jean* xanh bạc màu từ đám đông đi tách ra. Người đàn bà Forestville đi ngang trước mặt tôi chỉ cách độ ba chục thước. Có lẽ bà ta không thấy tôi nên lững thững đi ra đứng trong bóng mát dưới cái cây tôi và Jim đứng lúc nãy nói chuyện. Bà ta đứng đó một mình, hai tay buông thông hai bên, không cầm ví, trông thật lạc lõng. Những gia đình Mỹ đi ngang qua đưa mắt nhìn rồi quay đi ngay. Một vài cặp trẻ còn lên tiếng chào. Tôi muốn đi lại hỏi thăm nhưng nảy ra ý nghĩ quan sát bà này một chập đã, xem bà đi với ai. Hơn mười phút trôi qua vẫn không thấy ai lại, tôi định tâm chờ mười phút nữa không thấy gì lạ thì đi về. Đúng lúc đó ông mục sư từ trong đám người đang đứng uống nước ăn bánh hàn huyên trên sân cỏ tách ra đi lại người đàn bà. Ông ta nói gì đó rồi hai người trao đổi vài câu. Ông mục sư chỉ tay vào đám đông như mời bà ta trở lại nhưng người đàn bà lắc đầu. Ông mục sư gật đầu rồi quay lưng đi về lại với mấy gia đình Mỹ. Người đàn bà quay gót đi ra đường. Tôi đi theo, thấy bà ta đi về hướng chỗ tôi đậu xe. Đến gần thì tôi nhận ra chiếc xe

Huê Kỳ dềnh dàng cũ kỹ của bà đậu ngay sau xe tôi. Khi bà ta mở cửa xe thì tôi bước nhanh lại lên tiếng chào.

Người đàn bà Forestville quay lại, bà mỉm cười.

- Chào ông.

- Bà cũng đi nhà thờ này sao? Tôi trước đi thường lắm mà sao không bao giờ thấy bà cả. Chắc bà mới đi đây?

- Vâng, tôi cũng chỉ mới đi đây. Ông mục sư nói có một gia đình Việt Nam cũng đi nhà thờ này nhưng không thấy mặt mũi đâu trong cả tháng qua. Vậy cái gia đình đó hẳn là gia đình ông?

Tôi xác nhận lời bà ta là đúng rồi giải thích mình đạo Phật nên ít đi nhà thờ Chúa. Bà gật gù ra vẻ thông cảm.

- Nói thật ông, tôi cũng theo đạo Phật nhưng ở đây tìm đâu ra chùa mà đi, phải dọn về mấy thành phố lớn mới có.

Tôi sực nhớ mình chưa biết tên người đàn bà này, ngần ngại vài giây rồi hỏi.

- Gặp bà mấy lần nhưng lần nào cũng vội đi không kịp hỏi tên bà. Lần này thì cả bà lẫn tôi không ai phải đi ngay, xin bà cho biết tên. Tôi tên là Hoàng.

- Còn tôi là Truyền.

- Tôi đi nhà thờ vì họ bảo lãnh cho gia đình tôi, mình đi như cám ơn họ. Còn bà, bà theo đạo Phật sao lại đi nhà thờ? Hay là ... bà đã đổi đạo?

Bà ta trả lời cộc lốc.

- Vì buồn.

Đáp xong mặt bà xụ xuống làm tôi cảm thấy áy náy.

- Xin lỗi tôi tọc mạch.

- Không sao, ông Hoàng. Từ ngày ông giúp tôi vụ bằng lái xe, tôi đi được nhiều chỗ nên đời đỡ buồn hơn trước. Trước kia không có bằng, mình chỉ dám lái khi nào cần lắm và chỉ đi lòng vòng gần nhà.

- Thế còn ông nhà bà không chở đi được?

- Tôi không có chồng.

Thêm một lần nữa tôi hối hận vì câu mình hỏi về đời tư của người khác rồi tôi nhớ lại lời Dung dặn mời bà ta đến nhà chơi vì ở đây ít người Việt, gặp được ai thì tốt. Bây giờ Truyền đã có bằng lái xe thì càng tốt. Tôi nghĩ thế xong lên tiếng mời đến nhà chơi.

Người đàn bà Foresville cười buồn từ chối.

- Xin lỗi, nhờ ông về nói với chị tôi bận lắm.

Câu nói vừa dứt Truyền đã vào xe đóng xầm cửa lại rồi nổ máy phóng đi không một lời chào. Tôi chưng hửng về lời từ chối và bực mình về cái thái độ bất lịch sự đó.

"Đã thế mai mốt có gặp lại không thèm chào hỏi", tôi tự nhủ rồi chợt có ý nghĩ trở lại nhà thờ để hỏi ông mục sư thêm về Truyền nhưng nghĩ sao lại lắc đầu, bỏ ngay cái ý nghĩ tọc mạch xấu đó.

~§~

3

Sáng nay đi làm trời u ám nhưng không mưa. Thời tiết tự nhiên hơi oi bức làm mồ hôi rịn rịn khó chịu. Tôi đưa mắt lên trời tìm cầu vồng nhưng chỉ thấy một bầu trời xám xịt đầy mây đen. Khi xe đến giao lộ 132 tự nhiên tôi nghĩ nếu mình đi thẳng một khúc xa nữa thì đến Forestville. Trong đầu tôi đến lúc này thì khá chật đầy những thắc mắc về Truyền, một người đàn bà đồng hương khác lạ. Tôi nghĩ nếu mình ở đâu đông đúc người Việt như bên Cali chẳng hạn thì chắc chẳng bận tâm.

Nghĩ về Truyền, tôi thấy diện mạo của bà ta có nét gì là lạ không tả được và chính cái "là lạ" đó thu hút tôi, cứ làm tôi luôn nghĩ đến. Rồi thân thế Truyền ra sao? Con cái? Không chồng vì chưa bao giờ kết hôn hay chồng đã chết? Bây giờ ở một mình hay ở với ai, làm nghề gì? Rồi tôi nhớ lại cái hôm hộ tống Truyền về nhà vì bình điện xe yếu, bà ta đã không cho tôi đưa đến tận nhà mà chia tay trên con đường đất còn đi xa vào trong. Sau đó cái ngày không hẹn mà gặp nhau trong siêu thị rồi Truyền đột ngột bỏ đi ra. Rồi lần tình cờ gặp lại tại nhà thờ.

Đến giờ ăn trưa, tôi lại Burger King mua một cái hamburger đem ra xe ngồi vặn nhạc lên vừa nghe vừa nhai hai miếng bánh mì kẹp thịt bằm. Ăn vừa hết cái hamburger, tôi nổ máy xe lái ra đường. Đến lối vào xa lộ, tôi nghĩ sao rồi đổi hướng, trực chỉ Forestville. Hơn nửa giờ đồng hồ, sau tôi đến chỗ đầu con đường đất gồ ghề đá. Đậu xe trong bóng mát, tôi ngồi đó nhìn vào con đường bên trong mà cảm thấy e một cái gì không dám lái vào. Còn đang phân vân thì có tiếng động cơ từ trong lớn dần ra ngoài nhưng không phải tiếng động cơ của xe hơi mà nghe nặng nề như xe ủi lô. Tôi quay lại thấy từ chỗ rẽ một chiếc xe máy cầy xình xịch đi ra, ngồi trên đang lái xe là một ông già đầu đội nón rơm, miệng phì phèo điếu thuốc. Chiếc máy cầy từ từ đến gần. Ông cho ngừng xe lại rồi dương mắt nhìn tôi từ đầu đến chân.

- Ông tìm ai? Lão hỏi.

Thoạt tiên tôi bực mình vì mình đứng ngoài đường có liên quan gì đến lão mà hỏi nhưng thấy đây là cơ hội để hỏi đường đến nhà Truyền. Tôi nói lão tôi tìm nhà một người đàn bà Á đông. Lão gật gù.

- À, nhà bà Việt Nam phải không?

- Phải!

- Ông liên hệ gì đến người đàn bà đó?

Tôi nói dối thật nhanh.

- Tôi là họ hàng ở tỉnh khác qua. Bà ấy cho tôi địa chỉ nhưng đường trong này sao phức tạp quá, khó tìm nhà. Làm ơn ông chỉ cho tôi.

Lão ta không trả lời, mắt vẫn nhìn tôi từ trên xuống dưới, chắc cố đoán xem tôi là loại người nào. Cái nhìn soi mói làm tôi nhớ lại lời Marcus hôm nọ. Lão ngần ngừ vài giây rồi chỉ tôi đến cuối đường thì rẽ trái xong đi mãi vào trong sẽ thấy mấy căn nhà, đến ngã rẽ thì đừng quẹo vào mà cứ đi thẳng đến cuối đường. Căn nhà nhỏ ở cuối đường có cái giếng phía trước là *nhà bà Việt Nam*.

Tôi cố nở một nụ cười thật to, cám ơn lão xong lên xe lái vào. Vào đến cuối đường tôi rẽ trái rồi cứ theo con đường đất lồi lõm đi vào trong, đi ngang qua cái chỗ hôm nọ tôi và Truyền chia tay. Đúng như lời lão già nói, đi được một quãng khá xa tôi thấy một ngã rẽ, tôi cứ đi thẳng theo lời dặn của ông già. Vài phút sau thì đến cuối con đường đất, tôi thấy trước mặt tôi là một căn nhà với một thửa vườn con trước nhà xung quanh là hàng rào gỗ cũng giống như đa số những nhà khác ở đây, giữa sân là một cái giếng chắc bây giờ không còn được dùng, chỉ để đó làm kiểng.

Tấp xe vào lề sát hàng rào, tôi tắt máy nhưng vẫn ngồi đó, cố nghĩ ra một cái cớ gì đó để biện hộ cho cái việc mình đến đây nhưng nghĩ mãi không ra.

"Thôi! Có lẽ mình về", tôi nghĩ rồi nổ máy xe. Máy xe đã nổ nhưng tôi vẫn chưa gài số chạy. Tần ngần nhìn vào nhà vài phút, tôi đánh liều xuống xe, vẫn để máy chạy, đi xuyên qua con vườn đến trước cửa nhà đóng im ỉm. Cánh cửa lưới ngăn ruồi bị xút chốt đu đưa trong gió, lâu lâu lại đập vào cánh cửa gỗ bên trong phát ra những tiếng khô khan. Một dọc ba bốn cái chuông gió treo tòng teng trên xà ngang gỗ dưới nóc nhà cũng bị gió đánh qua lại kêu leng keng. Tôi lưỡng lự, đưa tay lên cửa nhưng ngưng lại. Sau cùng tôi rụt rè gõ lên mặt gỗ. Tôi ngóng xem có tiếng chân người không. Tiếng gõ cửa tuy nhẹ nhưng nghe rõ mồn một. Nếu có người ở nhà hẳn phải nghe. Không thấy ai ra. Tôi gõ nữa và mạnh hơn. Chờ thêm vài phút vẫn không thấy động tĩnh, tôi quay lưng đi lại ngồi xuống bậc cấp trước hiên nhà. Giữa trưa trong vùng nhà quê thật là yên tịnh nhất là khu này nằm tuốt bên trong không còn nghe tiếng xe ngoài xa lộ. Chiếc xe máy cầy ông già đội mũ rơm lái chắc đã đi đâu xa mất nên tôi không còn nghe tiếng xình xịch của nó. Nhìn quanh, tôi giờ mới nhận thấy không một bóng người trên con lộ và xung quanh những căn nhà rải rác xa nhau. Điều này lại làm tăng thêm vẻ tĩnh mịch nhưng tôi cảm thấy thoải mái vô cùng với sự yên tịnh này. Thỉnh thoảng một ngọn gió thổi qua đem lại cái lạnh hong thật dễ chịu. Ngồi một lúc, tôi đứng lên đi ra đường, lên xe nổ máy quay mũi xe lại rồi từ từ lên ga. Bốn bánh cao su lăn nhẹ nghiến lên những viên đá nhỏ trên mặt đường kêu lạo xạo. Tôi để xe từ từ lăn bánh trên con đường đất. Ra gần đến khúc rẽ, tôi nghe có tiếng động cơ xe từ ngoài vọng vào, lớn dần rồi hình dáng quen thuộc của chiếc xe Huê Kỳ dềnh dàng cũ kỹ hiện ra sau rặng cây. Tôi ngừng xe, quay cửa kính xuống để nhìn cho rõ. Chiếc xe Huê Kỳ cũ kỹ tiến lại gần, Truyền cầm vô-lăng xe. Tôi đâm lo, mình phải giải thích với ra sao nghe cho xuôi tai về lý do đến đây. Đến gần xe tôi, Truyền ngừng lại, cái nhìn trong mắt nàng vừa ngạc nhiên lẫn thích thú. Truyền cũng quay kính xe xuống.

- Ông đến tìm tôi?

Cái lo trong đầu tôi lớn dần làm tôi đâm lúng túng, ấp úng đáp cộc lốc.

- Ừ!

Nụ cười trên môi Truyền đánh tan cái bối rối của tôi. Tôi đánh bạo nói tiếp nói một câu thừa thãi.

- Đến nhưng không có ai ở nhà, đi ra thì đúng lúc Truyền về.

Nói xong tôi giật thót mình, tôi đã gọi Truyền bằng tên thay vì "bà". Cái lo trở lại ngay lập tức. Truyền sẽ giận tôi vì xuồng xã? Cười tôi vì cho là tôi đang theo và đã tự cho phép thân mật? Tôi hớ hênh quá! Truyền ngoắc đầu hướng về nhà bảo tôi vòng xe lại rồi lái đi trước. Tôi lái theo sau, về lại nhà có cái giếng nước rồi đậu xe trước cửa, cũng cái chỗ lúc nãy.

Vào trong, tôi thấy một căn phòng nhỏ bày biện sơ sài nhưng ngăn nắp, chỉ một bộ bàn ghế sa-lông cũ mềm, một bình hoa đặt trên một cái bàn thấp kê trong góc phòng. Cuối phòng gần cửa đi vào bếp là một cái bàn ăn tròn nhỏ và hai cái ghế. Chỉ có thế!

Truyền mời tôi ngồi, nói phải vào bếp lấy nước uống xong vén cái bức mành mành tre đi khuất vào phòng bên cạnh. Tôi đứng đó, tay trong túi quần, nhìn những sợi dây màn mành mành tre lung lay va chạm vào nhau phát ra những tiếng khô khan nhỏ. Đã lâu tôi không thấy cái loại bức mành này. Khi còn ở nhà, tôi đi đâu cũng thấy nó. Qua đến đây thì ít thấy, có lẽ người Mỹ không chuộng loại cửa nửa mùa như vầy. Nửa kín nửa hở, đóng không ra đóng mà mở cũng không ra mở, cứ như là mời mọc những cái nhìn xoi mói vào chuyện riêng tư, trái với tính dân Hoa Kỳ là trắng đen rõ ràng, không úp mở và không thích xía vào chuyện người khác. Bóng Truyền di chuyển qua lại trong bếp sau bức mành tre. Cái bóng ấy quay lại rồi tiến lại bức mành. Tôi đưa tay ra vén mành sang một bên để Truyền đi ra. Đưa cho tôi chai bia đã mở nắp xong Truyền bảo, mình đi ra ngoài ngồi chơi, rồi đi thẳng ra ngoài hiên không buồn nhìn tôi.

Cái yên tịnh buổi trưa và khí hậu oi bức làm bầu không khí thật nặng nề khó thở. Cái lạnh của thủy tinh trên da tay làm tôi sực nhớ đến chai bia. Tôi ngửa cổ tu một hơi thật dài. Bia mát rượi chạy xuống thực quản thật là dễ chịu. Tôi à lên một tiếng khoan khoái rồi nhận ra mình hơi tự nhiên, đưa mắt nhìn sang Truyền. Người đàn bà ngồi trên bực cấp, đầu hơi nghiêng dựa vào cột nhà bên cạnh. Chai bia trên tay Truyền đã gần cạn trong khi chai tôi mới vơi đi được một phần ba. Tôi thầm phục tài uống bia của Truyền.

- Vài tháng nữa đến mùa hè ở đây trời nóng nhà anh có AC chắc dễ chịu hơn nhỉ? Truyền lên tiếng hỏi.

- Phải có chứ, mình có con nhỏ thì cần máy lạnh, tôi đáp.

Truyền quay sang nhìn thẳng vào mắt tôi.

- Thằng con trai anh trông giống cha nó lắm.

Tôi nhíu mày.

- Con trai nào? Tôi chỉ có một đứa con gái.

Đến lượt Truyền nhíu mày nhìn tôi nhưng không nói gì, quay mặt nhìn ra cánh đồng cỏ xa xa trước mặt. Tôi thắc mắc không biết ý nàng nói gì. Tại sao Truyền lại nghĩ tôi có con trai? Muốn hỏi nhưng thấy mặt người đàn bà như xa vắng, tôi lặng thinh. Ngồi càng lâu trong đầu tôi càng có nhiều câu hỏi nhưng tôi không dám mở miệng sợ hỏi hớ đâm bị hiểu lầm. Một lúc sau tôi đứng lên nói phải về lại sở vì đi đã khá lâu. Truyền không nói gì, đưa tay lên. Tôi bắt tay nàng rồi đưa trả lại chai bia cạn.

Xe ra đến gần khúc rẽ, tôi nhìn vào kính chiếu hậu. Căn nhà ở cuối đường nhỏ đi dần rồi mất hẳn khi xe rẽ phải.

. . .

- Anh về trễ, em và con ăn cơm trước, đừng chờ cơm! Anh và thằng Marcus phải chạy xuống nhà kho kiểm hàng rồi sửa giấy tờ cho đúng.

Nói xong tôi đặt điện thoại xuống trong lòng thấy áy náy. Cả ngày trong sở tôi chỉ nghĩ đến Truyền, cảm thấy có gì trong lòng thôi thúc mình trở lại nhà người đàn bà ấy. Sau cùng tôi quyết định nói láo Dung để đi Forestville. Tôi quơ cặp kính mát đứng lên đi ra cửa.

Mới năm giờ chiều, bên ngoài trời còn sáng. Tôi nghĩ nửa giờ đồng hồ nữa khi mình đến nhà Truyền thì cái nắng chỉ mới chếch mái hiên. Gần ba mươi phút sau, xe tôi đậu đúng vào chỗ cũ ban trưa. Chiếc xe hơi Huê Kỳ cũ mềm dềnh dàng vẫn còn nằm nghênh ngang trên bãi cỏ trước hiên nhà. Truyền chắc đang ở trong sửa soạn bữa cơm tối.

Đưa tay lên định gõ cửa, tôi thấy cánh cửa đã hé mở sẵn. Từ trong một mùi xào nấu bay ra đến mũi thơm nồng mùi nước nắm. Tôi đâm lưỡng lự chưa muốn gõ lên mặt gỗ.

- Anh cứ vào, cửa mở rồi, tiếng Truyền từ trong vọng ra.

Tôi đẩy cửa bước vào. Truyền đứng cạnh bàn ăn, vẫn trong cái quần jean bạc màu, áo sơ-mi trắng dài tay sắn lên. Trên bàn đã bày sẵn hai cái chén và hai đôi đũa. Truyền biết tôi sẽ trở lại. Tôi ngỡ ngàng. Nàng kéo chiếc ghế đầu bàn ngồi xuống rồi chỉ cái ghế bên cạnh ngụ ý bảo tôi lại ngồi. Ngần ngừ vài giây, tôi tiến lại bàn. Một dĩa bắp cải xào, một tô canh rau và một nồi cơm. Thật thanh đạm.

- Mong anh không chê cơm nhà nghèo, Truyền nói xong rồi tự nhiên đưa tay ra gắp thức ăn vào chén mình, không chờ tôi.

- Sao Truyền biết tôi sẽ trở lại?

Một cái nhún vai nhẹ nhưng không trả lời.

Bữa ăn trôi qua trong im lặng và thật nhanh như tôi và Truyền chỉ lùa vài miếng cho xong bữa. Tôi đứng lên định giúp Truyền dọn chén đĩa bẩn xuống bếp thì Truyền khua tay bảo thôi.

- Mình ra ngoài sân chơi đi, hãy còn mặt trời.

Tôi và Truyền ra cũng cái hiên trước ngồi uống bia. Mặt trời đã xuống sau rặng cây chỗ khúc rẽ. Tôi thấy chiếc xe máy cầy của ông già gặp ban trưa giờ đã nằm im lìm trên bãi đất trước một trang trại đằng xa xa. Ông ta về lúc nào tôi không hay. Cảnh vật im lìm không khác gì mấy giờ đồng hồ trước, vẫn không một bóng người qua lại, không một tiếng động gì. Cứ như là tất cả vạn vật đều ngưng đọng lại, chỉ có tôi và Truyền là hai sinh vật duy nhất di động. Thật là *surreal*.

Uống hết chai bia thứ hai, tôi hơi ngà ngà, bắt đầu thấy dạn hơn. Trong ánh nắng vàng yếu ớt của buổi hoàng hôn chạng vạng, khuôn mặt người đàn bà ngồi bên cạnh lu mờ dần đi nhưng cặp mắt trông như long lanh giống như hai con đom đóm đang di động.

- Truyền ở một mình?

Trong bầu không khí tĩnh mịch, tiếng tôi vang lên nghe sao lạc lõng như không ăn khớp với toàn diện khung cảnh thực tại. Có lẽ Truyền cảm thấy khó chịu về cái đó nên chỉ hơi nhíu mày mà không trả lời.

- Sống một mình có khi thoải mái hơn, tôi nói tiếp.

- Anh sống một mình bao giờ chưa?

- Một năm bên Mỹ trước khi lấy vợ.

- Anh thấy sao?

- Lắm lúc vui nhưng cũng có lúc cô đơn.

Truyền cười khẽ, đặt chai bia cạn xuống đất.

- Thế bây giờ thì anh thấy sao, so sánh với trước kia.

- Giờ thì bận hơn trước nhiều, chả có thì giờ mà so sánh.

Truyền đột ngột hỏi.

- Anh thương vợ anh?

Câu hỏi làm tôi khựng vài giây. Tôi cố đoán tâm trạng Truyền trên nét mặt nàng nhưng chịu. Ánh nắng hoàng hôn yếu hẳn đi, tất cả đều lờ mờ. Tôi chỉ thấy cặp đom đóm di chuyển về hướng tôi như chờ câu trả lời.

- Dĩ nhiên thương chứ, thương mới lấy.

- Dĩ nhiên thương mới lấy.

- Truyền nói thế là ý gì?

Hai cái đom đóm mờ đi như bị che bởi một màn sương mỏng. Truyền móc túi áo jean lấy ra một bao thuốc mời tôi một điếu. Tôi lắc đầu. Truyền nhún vai rồi gắn một điếu lên môi châm. Kéo vài hơi thật dài xong, nàng búng điếu thuốc mới cháy hơn nửa ra xa xong đứng lên.

- Anh ngồi đây làm gì, về đi kẻo vợ lo.

Tôi chưa có phản ứng gì thì Truyền đã vào đến trong nhà. Cánh cửa đóng xầm lại.

Ra gần đến khúc rẽ thì tôi ngừng xe, quay đầu lại nhìn. Căn nhà cuối đường đã tắt đèn tối om.

Tối hôm đó khi làm tình với vợ, tôi có cảm tưởng đôi mắt đom đóm của Truyền trong bóng đêm đang nhìn vợ chồng tôi chòng chọc. Tôi bị mất hứng, bỏ dở cuộc vui nửa chừng. Dung giận dỗi đẩy tôi sang một bên làu bàu nói, hôm nay anh làm sao ấy!

~§~

4

Dùng cả người nhấn cái nắp va li xuống, tôi nhanh tay kéo *zipper* lại. Nhìn đồng hồ trên bàn thấy mình còn cả hơn hai tiếng đồng hồ nữa, tôi đi xuống bếp ăn vài bát cơm cho chắc dạ. Chiều nay Dung lo lắng cho tôi kỹ hơn mọi ngày, chắc có lẽ vì tôi sắp ra máy bay đi công tác cho sở. Tôi đi Cali và ở đó một tuần. Đó là công tác tôi được giao phó trong cuộc họp tuần trước. Chưa bao giờ được phái đi đâu, tôi rất xúc động về chuyện này. Tôi định tâm sẽ ghé thăm mấy người bạn thân bên ấy mà từ ngày sang Mỹ chưa gặp. Sau giờ làm việc, tôi vội chạy về cho Dung hay và đã quên béng ý định ghé thăm Truyền.

Dung vừa đẩy đĩa thịt kho lại gần tôi vừa lo lắng nói.

- Anh sắp đủ mọi thứ không? Đừng thiếu gì đấy!

Tôi trấn an vợ.

- Thiếu thì chạy ra chợ mua, có gì mà sợ.

- Tốn kém lắm, Dung đáp, bên Cali rất mắc mỏ, cái gì cũng đắt gấp mấy lần bên mình.

Tôi phì cười.

- Ai nói em thế? Con mụ Jones uốn tóc? Có đắt thì đắt hơn một ít chứ làm sao đắt gấp hai gấp ba được. Ngoài ra, ăn uống gì sở bao hết mà. Thôi, đừng đứng đó mà lo! Em ăn đi còn đưa anh ra phi trường.

Máy bay leo lên cao độ năm ngàn bộ. Đèn vàng ra hiệu được phép gỡ giây nịt bật lên. Tôi nới lỏng cái seat belt, ngả ghế về phía sau nằm dựa trán lên cửa sổ nhìn mấy đám mây trắng bay lờ lững bên ngoài. Cái vội vã lúc nãy trước khi lên máy bay đã được thay thế bằng một cảm giác thoải mái.

Cô chiêu đãi đem lại một tách cà phê. Tôi bắt đầu nhâm nhi, đầu óc lại nghĩ đến Truyền. Như thế đã hai tuần tôi chưa thấy lại nàng. Những biến chuyển và thay đổi trong sở xảy đến dồn dập làm tôi chao đao, không còn đầu óc nào nghĩ đến người đàn bà cô đơn ở Forestville. Có lẽ đừng gặp thì tốt hơn. Tôi không có lý do gì để gặp Truyền, không có lý do gì chính đáng thì đúng hơn. Tấm thân mạnh khỏe, lối ăn nói kỳ cục và đôi mắt Truyền đã thu hút tôi, tất cả những cái đó đã vượt quá mức của một hiếu kỳ để trở thành một cám dỗ và đã gieo trong đầu tôi cái ý tưởng tội lỗi là tìm cách ngủ với nàng. Quyến rũ quá và cũng nguy hiểm quá! Vợ tôi không biết gì về người đàn bà Forestville ngoài những gì tôi kể lại về lần gặp gỡ tại sở giao thông. Phải chờ thêm một tuần nữa mới có thể gặp Truyền trở lại, nghĩ thế tôi định tâm khi đi công tác về sẽ ghé Forestville ngay dù vẫn thấy ngài ngại.

Đêm cuối cùng tại Nam Cali, tôi được Tính, một nhân viên đồng hương đã khá lớn tuổi làm trong hãng khách hàng của hãng tôi, mời đi nhậu tại một quán thịt rừng trong một khu thương xá Việt gần chợ Bolsa. Tối thứ Sáu phố xá vùng này thật là nhộn nhịp không thua gì mấy khu ăn chơi ở Sài Gòn mà tôi và lũ bạn cũ một thời hay lai vãng. Nhìn người người qua lại mua bán tấp nập, cha mẹ con cái dắt nhau dạo phố, trẻ con chạy tung tăng, khác hẳn với cái tỉnh lẻ của gia đình tôi bên kia mà sau cơm chiều chả còn ai ngoài đường, tôi phần thấy vui vui trong lòng như đang được sống lại những ngày còn trẻ khi xưa nhưng phần thấy buồn cho gia đình, nhất là đứa con gái, vướng phải một nơi tìm vài mái đầu đen mắt xếch thật là khó.

Cái quán mà Tính đưa tôi đến từ bên ngoài nhìn vào tôi tìm lại được khung cảnh quen thuộc của những quán nhậu nằm dọc theo bến Bạch Đằng trước 75. Những khuôn mặt đỏ ké ngồi quanh bàn với những chai bia xếp đầy mặt bàn. Vài cô gái ẻo lả làm điệu bộ bưng bia đến bàn đứng lại đưa đẩy vài câu gợi chuyện. Những bàn tay đàn ông đưa ra vuốt lên lưng, lên eo mềm mại. Có những cái vuốt rụt rè, có những cái sỗ sàng. Tiếng la nói, tiếng cười xen lẫn trong tiếng nhạc thật ồn ào từ trong đi ra đến bãi đậu xe.

Vừa ngồi xuống, Tính ngoắc tay gọi một em chạy bàn đến nói đem mấy chai Heineken và hai dĩa thịt rừng. Sau một ngày dài làm việc, sẵn thời tiết xứ Nam Cali nóng bức, tôi cầm chai bia lên tu một hơi gần cạn trong khi đó thì Tính rót bia vào ly rồi nâng lên chậm rãi uống. Gặp miếng thịt nai xào hành cho vào miệng, tôi lịm người đi. Miếng thịt thật mềm và thấm gia vị. Không biết đã mấy năm rồi tôi mới được thưởng thức đồ nhậu ngon thế này. Tính nhìn tôi như thầm hỏi, ngon không?

Tôi gật đầu, vừa nhai vừa nói.

- Anh nói đúng đấy. Tôi phải tìm job bên đây để dọn về Cali.

Nghe thế Tính bắt đầu liệt kê ra những cái hấp dẫn ở đây. Tôi nghe kể thì ham thật nhưng lại nghĩ nếu mình dọn về Cali thì hết còn gặp Truyền. Tự nhiên tôi đổi ý, lên tiếng bênh vực cái tỉnh lẻ của tôi. Tính nghe không đáp lại, chỉ gật gù cười, cầm ly bia lên uống.

Càng về khuya dân nhậu càng vào đông. Tôi bắt đầu ngà ngà say sau chai thứ ba. Đã lâu không nhậu nhẹt, tửu lượng tôi kém đi thấy rõ. Tính đã uống đến chai thứ năm mà coi bộ còn tỉnh lắm. Nói chuyện được một lúc không còn gì để nói nữa, tôi và Tính ngồi im hút thuốc nghe những bài hát khi tiếng Việt khi tiếng Mỹ phát ra từ hai cái loa treo trên tường, có những bài mới có những bài cũ mèm đã từng một thời nghe ở Sài Gòn lẫn lộn với nhau không theo bất cứ một loại thứ tự nào.

Bất chợt Tính hỏi tôi.

- Ở bên đó có bao giờ anh đi *country fair*?

- Chưa, tụi này mới về đó, chưa đi chơi nhiều với lại tôi không thích mấy cái hội chợ mà nhất là *country fair* vì chỉ có ngựa với bò.

Tính gật gù cười bảo.

- Thật vậy, thế mà hồi đó tôi cứ phải đi mãi.

Cái câu Tính nói lúc mới đặt chân vào quán "Tôi không biết bên đó dạo này có tiệm nhậu người mình chưa?" trở lại trong óc tôi.

- Anh Tính lúc trước ở bên ấy?

Ném điếu thuốc xuống đất xong đạp dí lên, Tính không trả lời thẳng câu hỏi của tôi mà đăm chiêu nhìn ra giòng người ngoài đường. Tu thêm một ngụm bia, Tính thủng thẳng nói.

- Khi nào có hội chợ là tôi phải đi trông hàng.

- Anh bán hàng ở mấy cái *coutry fair*?

- Không phải của tôi, tôi chỉ giúp người ta coi hàng bán thôi, ra phụ một tay.

Thấy Tính chợt im và trên mặt phảng phất nét buồn, tôi hỏi dò.

- Bà con? Vợ cũ của anh bên đó?

Tính đưa tay lên vuốt ngược mái tóc muối tiêu dài ra sau, miệng gượng cười buông thả một câu.

- Nói là vợ thì cũng được.

Thấy mặt tôi ngẩn ra, Tính đoán tôi đang chờ nghe câu chuyện. Hắn bảo em chiêu đãi đem thêm bia ra.

- Tôi vượt biên năm 78 được đưa đi Arkansas tại vì cái hội nhà thờ bảo lãnh ở đó. Chân ướt chân ráo có biết gì đâu, họ nói mình đi đâu thì mình đi đó. Nhà thờ đưa vào làm trong hãng xi-măng nằm tuốt ngoài tỉnh thật là xa. Tôi dọn về một cái ấp-pạc gần chỗ làm cho tiện. Ban đầu ở đó rầu rĩ lắm, không có một mống người Việt. Một hôm nhà thờ điện thoại tới nói có hội chợ họ tổ chức vào cuối tuần để gây quỹ, họ muốn mình tới phụ một tay. Đi làm cả tuần lễ có thứ bảy được nghỉ ở nhà nhưng nhà thờ nhờ chả lẽ không đi. Nhờ đi làm chùa hôm đó tôi mới được ông mục sư giới thiệu với một người đàn bà người Việt. Tôi mừng vô cùng, anh biết không, mừng như người đi sa mạc thấy chai nước. Tôi đang khát tình đồng hương sau gần cả năm trời sống lạc lõng không nghe không nói một chữ mẹ đẻ.

Không muốn nghe mấy chuyện tình lòng vòng, tôi giúp Tính đốt giai đoạn.

- Rồi anh và bà ấy lấy nhau?

Tính chỉ lắc đầu.

- Quen nàng được vài tháng thì tôi dọn về ở chung. Quãng thời gian ở với nhau dù ngắn ngủi nhưng tràn trề hạnh phúc, có thể nói là tất cả hạnh phúc suốt cuộc đời tôi dồn vào những năm tháng đó mà chia ra tìm trung bình thì anh hiểu mỗi ngày chúng tôi có biết bao là hạnh phúc. Tôi chưa bao giờ yêu ai bằng nàng và tôi cũng có cảm tưởng nàng chưa yêu ai bằng tôi. Tụi tôi nghèo lắm nhưng thật đầm ấm với nhau. Tôi thì vẫn đi làm hãng xi-măng còn nàng thì tự tay làm và bán mành tre treo cửa và *wind chimes*, chuông gió đó. Bán không được nhiều nhưng cũng được.

Dù men bia lúc này đã ô nhiễm não, có gì trong đầu tôi chạm vào dây thần kinh khi mấy chữ mành tre treo cửa và *wind chimes* thoát ra từ miệng Tính làm tôi tỉnh lên. Rồi tôi nghe như có gì nuối tiếc trong giọng hắn.

Thêm một nụ cười gượng trên môi, Tính thở dài nói.

- Xin lỗi anh, chuyện tình cũ kỹ lôi ra kể bắt anh nghe chắc chán nhỉ.

- Anh sẽ về lại bên đó để thăm người xưa? Tôi mớm để được nghe kể thêm.

Nhếch mép cười, Tính lắc đầu.

- Gặp lại để làm gì. Chuyện xưa trả lại quá khứ cho rồi, vả lại tôi nghĩ là Truyền đã cương quyết chấm dứt.

Đang buồn ngủ vì tính không thức khuya và đầu đang nhức nhối vì cơn men nhưng vừa nghe đến tên Truyền tôi giật bắn người lên. Một ly nước đá lạnh của ai mới tạt vào mặt tôi làm chất men của mấy chai Heineken bốc hơi đi trong tích tắc. May Tính không tinh mắt thấy. Tôi trấn tĩnh lại, ra vẻ không chú ý đến chuyện riêng của hắn. Tôi chưa biết nên làm sao để hỏi Tính thêm về Truyền thì hắn nói tiếp.

- Chắc anh đã gặp Truyền bên đó. Tôi còn nhớ cái tỉnh anh ở không xa chỗ Truyền lắm, độ ba mươi phút lái xe. Bên đó giờ có đông người mình không?

Mặc cảm tội lỗi đầy bụng, tôi ấp úng nói láo.

- Ở *downtown* thì cũng loe que vài mạng, vài tiệm tạp hóa và nhà hàng thành thử gặp người Việt mình tại mấy chỗ đó là chuyện thường nhất là dạo này hình như người mình về đó nhiều.

Tôi làm tỉnh nói tiếp.

- Biết đâu đó tôi đã gặp người đàn bà của anh rồi nhưng làm sao biết được ai là ai. Riêng cái tên Truyền thì tôi chưa bao giờ nghe. Nhiều người mình đã đổi sang tên Mỹ cho dễ đọc. (Tôi phải lái hướng nói chuyện trở lại Tính). Thế rồi rốt cuộc anh và Truyền không cưới nhau?

Nụ cười trên môi Tính chua chát hơn.

- Nếu lấy nhau thì bây giờ tôi làm gì ở một mình! Truyền không giải thích tại sao không chịu cho tôi lấy làm vợ. Tôi không biết Truyền đã có chồng chưa, nếu có thì chồng sống hay chết, hoặc hai người đã bỏ nhau. Cô ta rất kín về chuyện ấy, tôi không muốn tìm hiểu chuyện riêng tư người khác. Truyền chỉ bảo- Mình sống với nhau ngày nào thì hay ngày ấy. Vậy thôi! (Nghe Tính nói đến đây, tôi liền nhớ lại cái lối nói chuyện là lạ của Truyền). Tôi cho thế cũng được, miễn Truyền thương mình và cư xử như một người vợ là được rồi. Anh đồng ý chứ?

Tôi gật gù. Tính kể tiếp.

- Tôi sống hạnh phúc với Truyền được một năm thì mất việc làm. Hãng xi-măng bị lỗ lã to, họ phải sa thải người. Ăn cạn tiền thất nghiệp mấy tháng thì được thơ mấy người bạn bên này gởi sang. Chúng nó rủ tôi qua đây vì việc làm rất nhiều, lương không cao nhưng ăn chắc mặc bền, làm từ từ lên. Đang túng quẫn, tôi nhận lời ngay mà không hỏi Truyền trước.

- Và Truyền giận anh?

Tính cười khẽ.

- Tôi không biết Truyền giận không nhưng chỉ nói- Em không đi, anh muốn đi thì đi một mình. Tôi nài nỉ nhưng Truyền khăng khăng không đổi ý. Trong lúc nóng giận, tôi to tiếng nói, chả có gì giữ chân ở đây! Đến giờ tôi vẫn còn hối hận đã thốt ra câu đó.

Châm một điếu thuốc khác xong Tính kể tiếp.

- Có lẽ tôi già trước tuổi sao lúc ấy không suy nghĩ sáng suốt được. Phần giấc mộng gia đình đầm ấm đột nhiên tan vỡ, phần túng quẫn quá, phần tự ái không muốn ăn bám Truyền, tôi khăn gói đi Cali ...

- Và anh đã tìm được việc làm và trở nên khá giả?

- Khá giả thì chưa nhưng cô đơn thì nhiều lắm. Tôi viết thơ xin lỗi và nài nỉ Truyền qua Cali ở nhưng nàng ta vẫn không chịu. Tôi kiên nhẫn viết tiếp nhưng không được hồi âm. Tôi có điện thoại sang nhiều lần nhưng không ai trả lời rồi sau cùng số đó bị đổi, *operator* nói số cũ đã bị cắt ... rồi công ăn việc làm lu bu bên này.

- Anh có bao giờ đi tìm Truyền?

Tính ngồi im. Tôi đoán là chưa, nghĩ là Tính đã để đời sống vật chất xô bồ dưới Nam Cali lôi cuốn hối hả đầu tắt mặt tối và nay hối hận về lỗi lầm của mình không bào chữa được.

Đã quá một giờ khuya, quán nhậu chỉ còn hai ba bàn có người ngồi. Nhìn Tính ngáp một cái thật dài, tôi nghĩ đến lúc phải về dù đến trưa mai tôi mới ra phi trường lên máy bay. Tôi đưa tay gọi người chạy bàn đến tính tiền nhưng Tính gạt phắt đi.

- Anh là khách, để tôi trả, mai mốt qua bên đó anh bao lại.

Cô bé chạy bàn đi đến đưa giấy tính tiền. Tính móc ví lấy vài tờ bạc ra đưa cho nàng ta.

Ra đến ngoài, tôi vừa dợm lên xe thì Tính gọi giật lại.

- Về đó nếu anh gặp ... Thôi! Cẩn thận đấy, cuối tháng CHP đứng đầy đường.

. . .

Một tuần sau khi đi công tác bên Cali về tôi mới gặp lại Truyền. Như thế tôi đã không gặp nàng cả tháng. Gặp lại tôi, Truyền dửng dưng như là vừa mới thấy nhau ngày hôm qua còn tôi thì trước đó cứ tưởng tượng ra cảnh hai người vui mừng gặp lại nhau. Tôi vừa mừng hụt vừa bực trong lòng nhưng không tỏ thái độ sợ bị cho là trẻ con nên cũng đeo một bộ mặt dửng dưng tự nhiên như Truyền để tỏ ra mình là "sắt đá". Lấy hai chai bia trong tủ lạnh ra đưa cho tôi một chai xong Truyền đi ra trước cửa nhà ngồi xuống bậc cấp trước. Tôi ngồi xuống sát bên cạnh. Quen nhau mấy tháng nay, tôi biết Truyền không dùng nước hoa nhưng mùi thơm da thịt từ người người đàn bà toát ra thật quyến rũ và gây ham muốn. Tôi thèm vòng tay sau lưng Truyền rồi kéo sát vào mình nhưng không dám dù giữa hai tấm thân chỉ là vài ly không gian và tôi có thể ngửi được mùi thuốc lá quyện lẫn mùi bia trong hơi thở của nàng.

- Bên ấy có gì hay không, kể nghe đi!

Buổi uống bia với Tính trở lại trong đầu tôi. Không biết có nên đem chuyện Tính ra nói vào lúc này không, tôi chỉ kể sơ qua về những con phố nhộn nhịp của Nam Cali, những cửa tiệm và siêu thị đầy mặt hàng ...

- Tôi thấy mấy bà già bầy rau, trái cây bán ngoài đường, chả khác gì Việt Nam khi xưa. Làm mình thấy nhớ nhà ghê!

Tôi chép miệng thở dài sau câu nói. Mắt vẫn nhìn cái đỉnh mặt trời giờ chỉ còn nhú lên trên đầu rặng cây xa xa, Truyền hỏi khẽ.

- Anh định dọn về Cali?

- Thấy thì ham lắm nhưng dọn nhà đi không phải là dễ. Lúc này thì chưa biết được.

- Nhưng sau này?

Tôi trả lời bằng một câu hỏi.

- Thế còn Truyền định đi không?

Câu trả lời thật nhẹ, một phân vân từ bao lâu nay.

- Chả biết.

Chợt Truyền tự nhiên vòng tay qua tay tôi rồi đặt bàn tay lên lưng tay tôi vỗ nhè nhẹ hỏi.

- Sao, đi Cali có đi bia ôm không? Nghe nói bên đó nhiều chỗ lắm, toàn là trá hình cả.

Câu hỏi sống sượng và bất chợt làm tôi giật mình ú ớ như là mình làm gì có tội bị bắt quả tang không còn đường chối cãi. Trước cái lúng túng của tôi, Truyền quay lại nhìn như ngụ ý phán- Đúng nhỉ!

Tôi gân cổ lên cãi thật trẻ con.

- Làm gì có chuyện đó, mình có vợ rồi mà ...

Truyền rút phắt tay về, quay mặt đi nhìn xa xăm. Cả một vệt đỏ ửng thật dài nằm vắt ngang chân trời. Tôi thấy thái độ của của nàng thật khó hiểu. Đến thật gần rồi chợt bỏ đi xa.

- Còn Truyền ở đây có gì lạ không?

Sự im lặng từ bên kia làm câu hỏi của tôi như một hòn sỏi ném xuống một cái giếng cạn thật xâu, thật xâu đến độ tiếng vang khi sỏi đụng đáy không lên được đến miệng giếng. Tôi thu người lại ngồi im. Một chập sau Truyền nói trống không.

- Chả có gì giữ được chân ai.

- Truyền nói thế có ý gì?

- Mình đi vào đi, Truyền nói như ra lệnh xong đứng lên đi vào nhà không chờ tôi. Tôi ríu ríu đi theo.

Vào đến trong, Truyền tắt ngọn đèn nê-ông trên trần nhà gần cửa bếp. Ánh đèn vàng vọt yếu ớt từ ngọn đèn một chân đứng đơn độc trong góc phòng khách hắt ra làm căn phòng trông lù mù hơn. Truyền tiến lại gần tôi rồi bằng một điệu bộ từ tốn cởi từng cái khuy áo từ dưới lên. Trong ngạc nhiên lẫn kích thích, tôi đưa mắt đi theo bàn tay lên đến cái khuy trên cùng. Chiếc áo sơ-mi tụt ra khỏi tay rớt xuống đất để lộ bộ ngực trần không nịt vú. Tôi sững sờ nhìn chằm chặp cặp vú to và rắn chắc. Tôi chưa biết mình nên phản ứng ra sao thì Truyền đã cầm tay tôi đặt lên ngực nàng.

~§~

5

Thấy đứa con gái đầu óc mồ hôi nhễ nhại, tôi đâm tội nghiệp kéo nó và Dung vào cái xe nước bên cạnh một cái cây thật to, dưới những cành cây lá xum xuê đầy bóng mát. Con bé đòi một lon 7Up, tôi hỏi Dung uống gì xong lấy tiền đưa cho người bán. Cầm mấy lon nước ngọt, ba người đi lại cái ghế dài cạnh đó ngồi nghỉ chân. Đi bộ cả giờ đồng hồ trong hội chợ, cặp chân tôi mỏi nhừ. Xung quanh, người người đi lại đông nườm nượp. Hôm nay là ngày cuối của hội chợ mà người ta vẫn còn đi đông. Dung đòi đi từ mấy hôm trước nhưng tôi phản đối, nói hội chợ đông đảo ồn ào và bụi bặm, chẳng có gì đáng xem. Kỳ tình tôi sợ chạm trán Truyền ngoài đó dù không biết là Truyền sẽ có đó không nhưng vợ đòi mãi rồi thêm đứa con gái đòi theo, tôi đành chịu thua.

Đây là hội chợ nhà quê nên phần đông là những xạp bán nông phẩm, những chuồng gia súc, những tiệm quảng cáo bán nông cụ. Sau một tiếng đồng hồ chỉ mua được một ít rau và vài túi đậu, Dung nhăn nhó than.

- Anh nói đúng, chả có gì, ở nhà sướng hơn.

Chợt Dung kéo khẽ tay áo tôi rồi nói nhỏ.

- Anh có quen cái bà đó không? Em thấy cái bà đó nhìn mình chằm chặp.

- Ai?

- Cái bà Á đông đang đứng bên kia lộ, sau gian hàng bán mấy cái *chimes*.

Nhìn sang bên kia con lộ đất, tôi giật mình tim đánh thót một cái. Truyền trong bộ quần áo jean cố hữu đứng sau một gian hàng bên trên treo những cái chimes bằng tre và sắt đang đu đưa trong cơn gió nhẹ. Vài tấm mành cửa như cái tôi thấy ở nhà nàng treo trên một tấm phên bên cạnh. Thấy tôi nhìn, Truyền nhìn lại, mặt hơi kênh lên. Tôi cảm thấy nhột nhạt. Cái lạnh chạy dọc theo xương sống là bởi vì ngọn gió mát rượi quét ngang lưng tôi rịn những giọt mồ hôi hay cái lo trong lòng tôi đang tăng lên? Dung đang nghĩ gì?

- Hả anh, ai thế? Dung hỏi tiếp.

- Anh không biết, có lẽ vùng này ít người Á đông nên bà ta thấy mình thì nhìn.

- Sao bà ta nhìn soi mói thế ... trông bất lịch sự.

Tôi không đoán được ý nghĩ của Truyền qua cái nhìn của nàng, lúc nhìn tôi thì cái nhìn khiêu khích nhưng khi nhìn sang Dung thì có vẻ đắc thắng.

Tôi đứng lên, kéo tay đứa con gái đứng lên theo.

- Thôi mình đi về, xem thế là đủ. Em chắc mệt không nấu nướng gì được, hay là mình đi ăn pizza.

Nghe chữ pizza, con gái tôi cười toe. *Pepperoni* nghe ba, nó vòi. Tôi bảo OK.

Đi ngang xạp, tôi kín đáo liếc sang nhìn. Truyền nhoẻn miệng cười. Tôi vội quay mặt đi chỗ khác bước vội, hai chân vấp vào nhau suýt ngã. May là Dung dẫn con bé đi trước nên không thấy điệu bộ lính quýnh của tôi.

Lên xe đi tôi thấy Dung có vẻ đăm chiêu suy nghĩ cái gì. Tôi đâm lo hơn. Đến tiệm pizza gọi thức ăn xong Dung mới nói.

- Cái bà lúc nãy trông quen lắm, em đã gặp đâu mà quên mất, nãy giờ vắt óc mà không nhớ ra.

Tôi trong lòng chột dạ nhưng bề ngoài làm bộ tỉnh.

- Em chỉ tưởng tượng, thôi bỏ qua chuyện đó đi. Thỉnh thoảng mình thấy ai ngoài đường tự nhiên cho là đã gặp đâu đó nhưng không phải, có lẽ người đó nhắc mình đến một người nào khác thành thử nghĩ thế. Chả có gì là lạ.

Tôi bồi thêm một cú.

- Em còn nhớ có lần em thấy một ông tàu già em cứ tưởng là người quen, nghĩ mấy ngày không ra, rốt cuộc chỉ vì ông ta trông giống một ông thầy cũ dạy trung học của em. Nhớ không?

- Chắc thế, Dung kết luận.

Tôi cảm thấy nhẹ nhõm hẳn lên, tự nhiên thấy vui trong lòng. Quay sang đứa con gái, tôi hỏi nó muốn uống thêm một ly nước ngọt không để gọi. Dung đưa mắt nhìn tôi có vẻ ngạc nhiên. Tôi sực nhớ mình thường không cho con uống khi ăn, nhất là nước ngọt, giờ lại muốn mua cho nó một ly thứ hai. Con bé cũng ngạc nhiên không kém mẹ nó nhưng nhanh trí chụp lấy ngay cơ hội đòi thêm. Tôi nói như phân trần với vợ.

- Hôm nay đi chơi hội chợ, trường hợp ngoại lệ.

- Lúc nãy con nó uống một lon trong hội chợ rồi, bây giờ lại hai ly nữa, Dung cằn nhằn, nhưng đã hứa rồi thì mua đi.

Con bé nhe hàm răng sún ra cười khoái chí.

Sau ngày đưa vợ con đi chơi hội chợ, tôi đâm phân vân không biết có nên gặp Truyền nữa không. Sau cùng tôi quyết định không gặp nữa. Quyết định thế nhưng không gặp lại Truyền khó vô cùng, giống như lần tôi cố bỏ thuốc. Mấy tuần lễ đầu lúc nào cũng như có gì thôi thúc làm mình luôn phải nghĩ đến nó. Truyền bây giờ cũng thế, không có giây phút nào mà tôi không nghĩ đến người nàng đến độ Dung phải nói- Trông anh dạo này như người mất hồn, đầu óc để đâu. Nghe vợ nói thế tôi giật mình nhận ra nhu cầu phải dứt khoát càng sớm càng tốt. Không những dứt khoát thể xác mà cả tâm trạng nữa và tôi lao đầu vào công việc để quên người đàn bà đã đưa tôi vào con đường tội lỗi ngoại tình. Mãi rồi nỗi nhớ cũng nguôi ngoai và tôi đã bớt nhớ Truyền nhưng tôi vẫn còn sống trong lo âu vì biết Truyền và vợ tôi đi cùng một nhà thờ, có ngày sẽ chạm trán. Cái lo âu ấy ngày lớn dần và thay thế cái nhớ. Sau cùng không chịu được, tôi quyết định đến Forestville để nói chuyện.

Ngừng xe tại ngã rẽ, tôi phân vân không biết mình sẽ nói gì. Đã lâu không gặp. Tôi biết Truyền có nhà vì chiếc xe Huê Kỳ dềnh dàng đậu trước căn nhà gỗ nhỏ cuối đường đàng xa. Lưỡng lự một lúc, tôi quay đầu xe lại đi về.

~§~

Cuối

Ngọn gió lạnh thổi lùa vào trong xe. Tôi rùng mình, vội quay cửa kính lên. Đầu tháng Tư đã vào xuân nhưng cái cơn lạnh tàn dư của mùa đông vẫn còn đó. Tôi không thích những ngày như ngày hôm nay, là những ngày có mặt trời lẫn gió lạnh vì khó đoán được thời tiết để mặc quần áo cho đủ ấm mà không bị nóng. Chiếc xe Huê Kỳ cũ kỹ của Truyền đã biến mất, không thấy nằm ở chỗ cũ. Tôi ngồi trong xe chờ trước cửa nhà. Không biết Truyền đi đâu chưa về hay là đã đi theo như lời Jim nói.

Tôi gặp lại Jim hôm chủ nhật khi đưa gia đình đi nhà thờ ngày lễ Phục Sinh vừa qua. Nhà thờ sáng ngày lễ đông nghẹt xe đậu trong bãi. Đến trễ không tìm được chỗ đậu trong *parking*, tôi phải đậu cách mấy quãng đường đi bộ lại. Dung dẫn con bé đi sau lưng cằn nhằn bảo Lễ Phục Sinh thế nào người ta cũng đến đông, đáng lẽ mình phải đi sớm. Tai tôi nào có nghe những gì vợ đang nói. Đầu óc tôi lúc này chỉ nghĩ Truyền có lẽ cũng đến dự lễ. Nếu thế hai người đàn bà sẽ chạm trán. Tính Truyền tàng tàng, nàng có thể nói vài câu gì đó. Cả tối hôm qua tôi gần như mất ngủ vì lo nghĩ.

Sau hai giờ đồng hồ dài lê thê, buổi lễ chấm dứt. Tôi muốn đi về ngay nhưng Dung đòi ở lại để đi chào một vài người Mỹ, họ đã giúp gia đình tôi thuở mới sang và vẫn còn thỉnh thoảng điện thoại thăm hỏi còn cần gì nữa. Tôi biết Dung còn muốn khoe con gái, hôm nay nó được cho mặc bộ quần áo mới, trên đầu thắt một cái nơ hồng.

- Họ tốt với mình thì mình phải tỏ ra biết ơn chứ! Dung nói rồi không chờ nghe tôi phản đối, lôi đứa con gái đi lại chỗ mấy bà già tóc bạc phơ đang đứng uống cà phê nói chuyện.

Tôi đi lại bàn để nước uống, lấy nhanh một ly nước ngọt rồi lảng ra xa đứng núp sau góc tường. Hễ Dung nói chuyện xong là tôi sẽ chạy lại bắt đi về. Đứng đó tôi đảo mắt nhìn quanh tìm Truyền. Số người tóc đen đây không nhiều nên dễ để ý. Nói thế nhưng tôi biết tính Truyền. Bất cứ vào lúc nào và ở nơi nào nàng có thể đột nhiên nhảy ra. Bây giờ tôi không chắc mình còn muốn thấy người đàn bà ấy nữa không và cũng bớt tò mò về cái tính kỳ lạ của nàng. Tôi chỉ muốn yên thân. Tôi còn nhớ câu Truyền nói- Chả có gì giữ được chân ai, buổi tối hôm ấy trước khi đưa tôi vào đường tội lỗi. Có lẽ Truyền có ý nói tôi có thể làm anh bỏ vợ anh, tôi cho anh xem, và Truyền sau đó đã ra tay. Sau đêm ăn nằm với tôi, những ngày sau đó thấy tôi tránh, Truyền đâm thù và biết đâu sẽ làm tới.

Jim tiến lại chỗ vợ tôi đang nói chuyện với mấy bà Mỹ. Hắn hỏi gì. Dung quay đầu nhìn quanh. Có lẽ hai người đang tìm tôi. Thấy vợ mặt cau có, tôi vội đi lại.

- Anh trốn đi đâu nãy giờ thế? Dung bực bội hỏi.

- Anh bị bà già Thompson giữ lại hỏi han nói chuyện, tôi nói dối.

Quay sang Jim, tôi cố cười thật tươi hỏi.

- Lâu lắm không gặp, dạo này gia đình khoẻ chứ?

Hắn chụp lấy tay tôi siết thật chặt, đáp.

- *Same same! And you?*

- *Same same too!*

- Nghề ngỗng vẫn tốt chứ?

Tôi cười cười.

- Thì vẫn vậy, chỉ có cái lâu quá chưa tăng lương. Mấy tháng trước sở cho tôi đi California công tác. Bên đó vui quá. Chắc phải dọn sang. Ở đây chán phèo ... ngoại trừ cậu.

Jim cười cái cười thật tươi quen thuộc.

- Dẹp California đi. Tôi biết chỗ này đang cần người và trả lương khá nữa. Cậu dư sức làm job đó, để tôi dẫn lại tên manager hãng giới thiệu. Hắn đang đứng kia kìa. Thấy không? Cái tên bụng to đầu hói mặc áo sơ-mi xọc xanh. *C'mon, let's go.*

Tôi chưa kịp trả lời thì Jim đã bỏ đi trước làm tôi phải chạy theo sau. Đi được vài bước, hắn chợt quay lại hỏi.

- Ê, cậu có biết một người đàn bà Việt Nam cũng đi nhà thờ này không? Tên gì tôi không nhớ, hình như là Truyên.

Tôi biết ngay Jim nói về ai nhưng giả vờ ra vẻ suy nghĩ rồi đáp.

- Tôi không biết .

Hắn ngạc nhiên, gãi đầu nói.

- Tôi có lần thấy hai người nói chuyện với nhau mà. À! Tôi nhớ ra rồi, lần cuối mình gặp sau buổi lễ xong cậu đi ra xe thì gặp bà ấy. Có nhớ hôm cậu đến một mình không có Dung không? Có bao giờ cậu đi nhà thờ một mình đâu. Chuyện lạ thì tôi phải nhớ chứ. Hôm đó tôi thấy hai người nói chuyện ngoài đường lâu lắm.

Thấy khó chối, tôi cố đóng kịch.

- Cậu nhắc thì tôi nhớ. Đúng thế, tôi gặp bà ấy ở đây nhưng lần đó thôi. Nhưng có chuyện gì không?

Jim nhún vai đáp.

- Bà ta đã bỏ đi California rồi thì phải. Lúc nãy nghe cậu nói muốn đi qua đó làm tôi nhớ lại người đàn bà này.

Tôi sửng sốt.

- Bà ta đi California rồi sao? Đi lúc nào? Mà tại sao?

- Tại sao? Tôi cứ tưởng cậu biết nên hỏi. Chiều hôm qua tôi đến gặp ông mục sư có chuyện cần nói. Bà thư ký bảo tôi chờ vì ông ta đang tiếp khách. Ngồi chờ một lúc thì tôi thấy người khách đó đi ra, hóa ra là Truyên. Đã gặp nhau trước kia nên tôi chào bà ta một tiếng. Ông mục sư sau đó bảo tôi Truyên đến từ giã ông vì sắp dọn đi California ở. Đi luôn ... ở bên đó luôn.

Nghe đến đây, tôi chợt cảm thấy một nỗi buồn dâng lên trong lòng, không còn muốn đi theo Jim.

Hắn kể thêm.

- Đi chưa thì tôi không biết. Ông mục sư hỏi tại sao thì bà ta chỉ nói *nothing is keeping me here* chẳng còn gì giữ chân mình ở đây. *That's all.* Thôi mình đi đằng kia.

Tôi lẽo đẽo đi theo Jim mà đầu óc chỉ nghĩ đến Truyền.

. . .

Nhìn cánh cửa lưới đập đập lên khung cửa theo nhịp gió thổi và mấy cái *chimes* đu đưa trong gió kêu leng keng làm tôi nhớ lại lần đầu tiên đến đây. Từ buổi trưa hôm qua được Jim cho biết Truyền bỏ đi Cali, tôi đâm nhớ nàng ra riết. Không chịu được, tôi chờ đến ngày hôm sau đi làm đến giờ cơm trưa phóng xe lại đây ngay. Bây giờ ngồi trên xe trước căn nhà cuối đường, tôi lại đâm ngại không dám đi lại gõ cửa. Lỡ Truyền chưa đi và còn ở nhà? Tôi sẽ ôm chầm lấy nàng vì sung sướng? Nếu Truyền chỉ chưa đi thì tôi sẽ năn nỉ nàng ở lại? Tôi phải tìm ra sự thật, không phải sự thật Truyền đi Cali không mà sự thật về lòng mình.

Gió dường như thổi mạnh hơn làm bụi bay tốc lên từ mặt con đường đất. Những tiếng leng keng từ mấy cái *chimes* trở nên to hơn và dồn dập hơn như giục giã tôi đến. Những chiếc lá khô bị một cơn lốc con cuốn xoắn lên cao bay vòng vòng rồi đáp xuống. Vài chiếc rớt trên mũi xe. Cánh cửa lưới đập mạnh hơn. Chắc Truyền không có ở trong vì nếu có nàng đã đi ra khóa nó lại. Tại sao tôi cứ ngồi đây mà đoán mà vẽ mà không dám trực diện với sự thật?

Quả quyết, tôi bước xuống xe đi băng qua con vườn con đến trước cửa, đưa tay ra mở cánh cửa lưới sang một bên rồi gõ lên mặt gỗ. Tôi gõ mạnh hơn, gõ liên hồi. Không có tiếng động gì bên trong. Tôi lắc lắc cái nắm cửa. Cửa khóa không mở được. Ném sầm cánh cửa lưới lại, tôi đi vòng sang bên hông nhà nhìn vào trong qua cửa sổ. Tim tôi hơi nhói lên khi thấy bên trong trống rỗng như nhà bỏ hoang, chỉ còn bộ bàn ghế sa-lông cũ kỹ nằm trơ trọi giữa phòng khách và bức mành tre bất động treo trên ngưỡng cửa bếp.

Tôi đi ra xe, leo lên phóng đi. Ra đến khúc rẽ thì cơn mưa rào ập đến. Khi xe vào xa lộ thì cơn mưa nhẹ hột đi. Tôi không buồn quay lại nhìn xem chân cầu vồng còn nằm ở Forestville không vì biết từ giờ nó không còn đó nữa.

~ HẾT ~

Chín 2004

Bức
tranh
Norman
Rockwell

Một ngọn gió thổi đến cuốn đi những chiếc lá tốc theo chiều gió lên trên không. Những chiếc lá vàng cứ bay lòng vòng trên cao một lúc rồi từng cái nhẹ nhàng đáp xuống đất. Có khi tôi đếm từng chiếc lá như là mỗi ngày cô đơn của mình. Lá rụng quá nhiều tôi đếm không xuể, nỗi cô đơn của mình chắc kéo dài bất tận.

1

Rời hãng in Bay Print sau buổi *interview*, tôi mừng vô cùng, lần đầu tiên tìm được một công việc tử tế, phụ tá kế toán. Không biết tôi đã gõ cửa bao nhiêu hãng sở xin một chân kế toán nhưng ai cũng lắc đầu nói thiếu kinh nghiệm và thiếu bằng cấp. Kể từ ngày sang Mỹ mùa hè 81 đến nay đã được ba năm, tôi chỉ làm toàn những công việc tay chân vớ vẩn, chả có cái nào ra hồn như cắt cỏ, rửa chén dĩa nhà hàng, chiên thịt *hamburger* vân vân chỉ vì chưa ra trường, chưa có bằng. Cứ làm được vài tháng thì tôi bắt đầu chán muốn nghỉ dù lúc nào cũng muốn để dành đủ tiền để dọn ra ở riêng.

Về việc ra riêng, cô tôi luôn khuyên bỏ chuyện đó. Cô bảo, "Cứ ở với cô chú để đi học, ở riêng làm gì tốn kém lắm, cứ lo lắng chuyện tiền bạc không còn đầu óc đâu mà học cho xong." Cô còn dùng đòn tình cảm, "Ngày cha cháu gởi cháu cho cô đem đi Mỹ, cô đã hứa sẽ lo cho cháu học hành đến nơi đến chốn. Ra ở riêng phải lo chuyện tiền bạc thì học cho đến khi nào mới xong. Ba mẹ cháu sẽ buồn lắm!" Tôi không muốn dùng dằng với cô nên im nhưng trong lòng đã nhất quyết.

Tôi ghé vào tiệm phở làm một tô đặc biệt trước khi trở về trường. Ăn xong, tôi vừa nhâm ly tách cà phê sữa vừa phì phèo điếu Winston, ngồi rung đùi trong lòng vẫn còn thấy vô cùng hả hê về cái job mới. Thấy một tờ báo ai để quên trên bàn bên cạnh, tôi với tay ra lấy về mở ra đọc. Tôi mở tờ báo ra đúng ngay trang rao vặt, mục quảng cáo cho mướn nhà đập vào mắt. Đưa mắt đọc nhanh, tôi cố tìm một căn nào rẻ gần sở làm mới cho tiện việc đi làm. Có vài căn nhưng giá cao và họ đòi tiền đặt cọc cũng cao. Tuy đã để dành được một số tiền không nhỏ nhưng tôi chưa dám đem tiêu vào lúc này.

"Thôi, chịu khó đi làm thêm vài tháng nữa rồi tính sau," tôi chép miệng nhủ thầm.

Làm tại Bay Print được hơn nửa năm, tôi nhịn tiêu và đã dành dụm được một số tiền kha khá và bắt đầu đi tìm nhà mướn. Mỗi lần nhớ lại khuôn mặt bầu bĩnh của Hương hỏi "Khi nào anh có chỗ ở riêng" là tôi biết nàng đang mất kiên nhẫn chờ đợi. Nhu cầu dọn ra càng ngày càng cấp bách. Chúng tôi cần chỗ du hí, Hương còn ở với cha mẹ, tôi ở với gia đình cô tôi thì làm ăn gì được.

Chiều hôm ấy đang ngồi uống ly cà phê trong câu lạc bộ trường trong khi chờ lớp đêm khóa mùa hè, tôi thấy Hương từ ngoài xớn xa xớn xác chạy vào trên tay cầm một tờ báo hấp tấp đi lại đặt xuống bàn ngay trước mặt tôi.

- Anh xem này, có cái nhà này rẻ lắm, lại gần chỗ anh làm, Hương vừa nói vừa chỉ một mục quảng cáo mướn nhà khoanh bằng mực đỏ.

Tợp một ngụm cà phê xong tôi cầm báo lên đọc.

Một studio cho mướn trên đường ... . $320 mỗi tháng. Bao nước và rác. Khu yên tịnh. Điện thoại số:...

- Anh gọi họ nhanh lên ... lỡ người khác mướn mất, Hương giục.

Cầm tờ báo lên tôi bước vội lại cái điện thoại công cộng bên ngoài hành lang, nhét mấy đồng xu vào, quay số. Vài phút sau tôi trở lại bàn. Hương nóng nảy hỏi.

-Sao? Được không? Khi nào thì mình đi xem nhà?

- Trưa mai, tôi đáp.

. . .

Thế là tôi dọn ra ở riêng sau khi hứa với cô tôi là sẽ về thăm hàng tuần. Từ ngày cha sinh mẹ đẻ, lần đầu tôi có nơi ăn chốn ở riêng của mình. Tôi và Hương thích cái căn nhà nhỏ xinh xắn này vô cùng. Ở Việt Nam thì gọi là nhà chứ bên này nó là một *studio*, nằm trong một bãi đất khuất phía trong cách đường xá bên ngoài khá xa. Cả một bãi đất khá to mà nhà cửa lác đác chỉ có vài ba căn cách nhau mấy chục thước thành thử mình cảm thấy không bị dòm ngó. Căn gần căn của tôi nhất cách cả hai ba chục thước thì không có ai ở còn mấy căn kia thì lại còn xa hơn. Giữa bãi đất là mấy cây cổ thụ thật cao ngăn bãi ra làm hai, bên kia là mấy căn nhà to hơn và khang trang hơn còn bên này là hai căn nhà chệt nhỏ bé, nhà tôi và cái còn trống. Ông chủ phố nói sẽ đăng báo cho thuê.

Cái căn tôi thuê bên ngoài trông rất cũ kỹ, nhưng khi vào đến trong thì trông khá hơn nhiều, thảm được giặt sạch, tường mới sơn, màn cửa mới, lò sắt đốt củi nằm trong góc phòng khách đã được chùi lại. Vì là *studio* nên nhà rất nhỏ, nhà bếp, phòng ăn và phòng khách chung với nhau. Căn phòng ngủ duy nhất tuy không rộng rãi nhưng được cái có cửa sổ trông ra ngoài bãi đất rộng. Tôi đã tưởng tượng ra những buổi chiều thu mưa dầm dề ngồi bên cửa sổ nhâm nhi tách cà phê mắt ngắm bầu trời ảm đạm bên ngoài thả hồn theo tiếng nhạc êm đềm của những bài tình ca bên trong căn nhà nhỏ bé ấm cúng, bên cạnh là Hương dựa đầu lên vai tôi để mái tóc thề chảy dài trên ngực mình. Ôi chao, lãng mạn và nên thơ biết bao!

Mơ tưởng thế nhưng mùa thu chưa đến, khi trời cuối hè hãy còn trong xanh với những cụm mây trắng bay lơ lửng trên cao thì Hương đoạn tuyệt với tôi và hai đứa không còn gặp nhau nữa.

Một buổi tối Hương đến bất thần và chạm trán với Stacey trong nhà. Thật khó giải thích cho sự có mặt của một thiếu nữ tóc vàng với một thân hình nảy nở mà trên người chỉ có cái xì-líp nhỏ như chiếc khăn mùi-xoa đang cùng tôi ngồi uống rượu. Tôi và kiều nữ tóc vàng đang chơi *strip poker* và tôi đang thắng lớn.

- Anh thật khốn nạn!

Hương chỉ nói được có thế rồi thẳng tay quăng trả lại chìa khóa nhà, đùng đùng chạy nhanh ra xe phóng đi suýt đâm vào một trong mấy cái cây cổ thụ.

Đến lượt Stacey đứng lên vơ mớ quần áo mặc vội vào người rồi hắn học bảo.

- Sao lúc nãy anh nói tôi anh không có người yêu, chứ cô Việt Nam đó là ai, không thể là chị em được. Anh là thằng nói láo! Tôi không thích người nói láo, tôi cũng không thích xen vào những cuộc tình của người khác gây đổ vỡ.

Tiếng xe Stacey rú lên rồi chết lịm ngoài đường. Trong lòng tôi cũng chết đi. Căn nhà nhỏ bé đầy ước mơ của tôi chợt trở nên trống vắng như bãi đất rộng ngoài kia. Tôi thẫn thờ dẹp bộ bài, cất chai rượu xuống bếp rồi ngồi thừ ra, suy nghĩ lại lỗi lầm của mình. Sự yếu ớt tinh thần đã không chống chọi lại được lòng ham muốn bộc phát khi gặp người thiếu nữ da trắng tóc vàng mắt xanh với một tấm thân nóng bỏng làm cùng sở.

Tôi trở lại cuộc sống cô đơn khi trước. Hương dường như tránh gặp tôi trong trường và chính tôi cũng tránh gặp mặt bạn gái cũ vì quá xấu hổ.

Rồi mùa thu đến. Những cơn gió hanh từ vịnh San Francisco thổi vào đem theo cái lạnh như báo hiệu cho một mùa đông lạnh lẽo với những cơn mưa đột ngột đến, có khi kéo dài dai dẳng. Những buổi chiều đi làm về, tôi khoác áo lạnh tay thọc túi cho ấm, miệng ngậm điếu thuốc đi lang thang trong bãi đất rộng ngắm mấy cây cổ thụ lá trên cành đã ngả sang màu vàng úa. Một ngọn gió thổi đến cuốn đi những chiếc lá tốc theo chiều gió lên trên không. Những chiếc lá vàng cứ bay lòng vòng trên cao một lúc rồi từng cái nhẹ nhàng đáp xuống đất. Có khi tôi đếm từng chiếc lá như là mỗi ngày cô đơn của mình. Lá rụng quá nhiều tôi đếm không xuể, nỗi cô đơn của mình chắc kéo dài bất tận.

Vài tuần sau, cơn mưa đầu mùa đổ xuống. Thoạt đầu chỉ là một cơn mưa phùn, hạt thật nhỏ và nhẹ. Những giọt nước của cơn mưa đầu mùa làm xông lên mùi đất mà tôi thích ngửi vì làm hồi tưởng lại những kỷ niệm xưa bên quê nhà. Mùi đất trong cơn mưa đầu mùa dù bên nay hay bên kia bờ đại dương không khác nhau mấy, một cái mùi nồng ngai ngái ấy có một sức quyến rũ. Cơn mưa dần dà nặng hột, tôi rảo bước trở về căn nhà nhỏ vắng lạnh, đi vào bếp pha một tách cà phê rồi bật nhạc buồn lên nghe mà lòng thấy trống trải cũng như bãi đất rộng ngoài kia.

~§~

2

Một buổi sáng thứ bảy giữa mùa thu, cuộc sống yên tịnh cô đơn của tôi chấm dứt. Như thường lệ tôi thích ngủ nán cho đến trưa dậy thay quần áo phóng xe xuống San Jose ăn tô phở xong ghé vào mấy tiệm bán dĩa nhạc và sách để xem có gì mới trước khi ghé thăm gia đình cô chú tôi.

Sáng thứ bảy đó tôi bị đánh thức dậy bởi những tiếng động ồn ào bên ngoài. Nhìn đồng hồ thấy mới chín giờ sáng, tôi miệng lầm bầm rủa đứa nào làm gì sáng sớm không để người ta ngủ. Từ bãi đất trống tiếng người cười nói lao xao, tiếng trẻ con khóc, tiếng đồ đạc khua đụng vào nhau loảng xoảng, tiếng mở cửa xập cửa rầm rầm. Đoán có láng giềng mới, tôi lồm cồm ngồi dậy, lết lại cửa sổ sát giường vén màn lên nhìn ra ngoài. Một cặp da ngâm ngâm nâu trông còn rất trẻ đang hì hục khiêng bàn ghế từ một chiếc xe truck cũ kỹ vào trong nhà, dưới đất là một đứa bé trai mà tôi đoán là con của họ đang ngồi nghịch với mấy viên đá, bốc đất lên ném tứ phía. Thỉnh thoảng người mẹ đi lại đứa bé giựt lấy viên đá từ tay nó rồi quăng đi xa, đứa nhỏ lại khóc ré lên. Biết không còn ngủ được, tôi đi vào phòng tắm mở nước lên tắm cho tỉnh ngủ. Tắm rửa xong tôi thay quần áo đi ra xe.

Một người thanh niên thấp người tóc đen quăn trông như dân gốc Trung hay Nam Mỹ đang ra sức lôi một cái thùng giấy coi bộ khá nặng từ trên chiếc xe truck xuống. Thấy tôi, hắn đưa tay lên chào, tôi gật đầu chào lại. Mở cửa xe định leo lên nhưng tôi đổi ý đi lại gợi chuyện:

- Anh mới dọn đến hôm nay? Tôi hỏi.

Người thanh niên không đáp, chỉ nhăn răng cười khoe mấy cái răng cửa bịt vàng. Tôi quan sát người láng giềng mới. Dù mang một bộ râu mép khá rậm, hắn trông còn rất trẻ chừng mới ngoài hai mươi, tướng lực lưỡng với hai vai khá to và hai cánh tay nổi bắp thịt.

"Mình nên tránh gây sự với tên hàng xóm mới".

Tôi lập lại câu hỏi, hắn ta ngẩn người nhìn tôi xong tự chỉ lên ngực mình nói.

- Me, Carlos.

Tôi tự giới thiệu.

- Tôi tên là Phong! Anh là người Mễ?

Hắn gật đầu xong chỉ người đàn bà đang bế đứa bé trai dưới đất lên.

- Maria, *wife!*

"Lại thêm một tên Mễ thất học không biết tiếng Anh," tôi vừa nghĩ thầm vừa chào vợ hắn. Nàng ta cười lại rồi bế đứa bé vào trong nhà. Carlos vẫn nhe răng cười, hắn chỉ vào bộ bàn ghế và mấy thùng giấy đầy ắp những thứ lặt vặt rồi chỉ nhà hắn. Đoán hắn có ý bảo phải tiếp tục khuân đồ vào nhà, tôi gật đầu rồi lên xe đi.

Chiều đi thăm cô chú về đến nhà thì tôi thấy cặp vợ chồng Carlos đã dọn hết đồ đạc vào trong. Chiếc xe truck cũ kỹ được đậu giữa nhà tôi và nhà hắn. Tên Mễ chỉ phong phanh cái áo thun dù trời lạnh đang ngồi trên một chiếc ghế nhỏ trước cửa nhà dựa lưng vào tường, trên tay cầm một lon bia. Hắn ngửa cổ tu ừng ực, bia chảy xuống mép. Hắn đưa tay lên quẹt ngang một cái. Thấy tôi xuống xe, hắn đưa tay lên vẫy miệng thì gọi.

- Ê, chino.

"Mẹ nó, gọi mình là ba tàu", tôi lừng khừng đi đến. Tên Mễ mở cửa thò đầu vào trong nhà nói gì đó với vợ một tràng, tôi nghe loáng thoáng chữ *chino*. Một phút sau Maria hiện ra bên ngưỡng cửa đưa cho chồng một lon bia. Hắn đón lấy rồi chìa ra đưa cho tôi:

- *Cerveza?*

- *Gracias*, tôi đáp cộc lốc rồi đón lấy lon bia, bật nắp đưa lên tu một hơi.

Chỉ cái ghế bên cạnh, hắn mời tôi ngồi. Sẵn đang rảnh không biết phải làm gì cho hết buổi chiều thứ bảy, tôi nhận lời ngay.

Uống được nửa lon, không biết nói gì, tôi hỏi hắn về công ăn việc làm.

- Ông làm gì?

- *Body shop.*

Nói xong hắn đi lại cái xe truck cũ kỹ, làm điệu bộ dùng hai bàn tay xoa xoa lên thân xe rồi ra điệu cầm bình sơn xịt lên xe xong trở lại chỗ ngồi.

Tu một ngụm bia, hắn đưa mắt nhìn tôi một cách dò dẫm, hỏi lại tôi làm gì.

- *Accounting* kế toán, tôi đáp.

Nhìn hắn ngẩn tò te, tôi biết tên Mễ không hiểu tôi nói gì. Tôi không biết phải ra dùng dấu tay làm sao để giải thích việc mình làm. Tôi nói 'numbers, números' nhưng tên Mễ vẫn lắc đầu. Tôi bèn ra vẻ cầm bút khòm lưng hí hoáy viết trong khi miệng cứ nói números números. Hắn gật gù như thể hiểu ý xong chỉ vào tôi rồi lấy ngón tay gõ gõ lên trán, tôi nghĩ hắn ngụ ý khen tôi thông minh. Tự nhiên tôi có cảm tình với tên hàng xóm mới người Mễ.

Tôi ngại ngồi đây một lúc nữa với ngôn ngữ bất đồng, chắc mình và tên hàng xóm phải khua tay múa chân thay vì khua môi múa mỏ. Tôi và hắn nhìn nhau gật gù chả nói thêm gì. Đưa lon bia lên tôi nốc cạn xong nhìn cái tên Tecate trên lon.

- *Tecate, good cerveza!* Carlos lên tiếng.

Tôi gật đầu ra vẻ đồng ý dù thấy nó chả ngon gì hơn Bud và Michelob. Tôi hỏi tiệm *body shop* hắn làm ở đâu, hắn đáp- Oakland. Tôi hỏi làm ở đó được bao lâu, hắn gãi đầu rồi lên tiếng gọi vợ. Maria từ trong nhà đi ra. Hai vợ chồng nói huyên thuyên một lúc xong Maria nói với tôi bằng tiếng Anh trôi chảy.

- Chồng tôi làm mới được một năm, trước kia thì đi cắt cỏ.

Tôi khen Maria nói tiếng Anh khá. Nàng ta giải thích tuy cha mẹ là Mễ nhưng sinh ra ở California còn Carlos mới sang nên Anh văn rất yếu.

- Chồng cô Anh văn còn kém mà xin được vào làm trong *body shop* thì cũng hay.

- Vì có người quen đưa vào, nói xong Maria quay sang chồng nói một hơi. Tôi cố ngóng tai nghe nhưng với vốn liếng tiếng Tây ban nha nghèo nàn của tôi và tốc độ nói của họ tôi chịu thua.

Maria giải thích.

- Chồng tôi được người bạn giới thiệu vào làm. Tiệm đó toàn là người Mễ, từ chủ cho đến thợ nên không cần biết tiếng Anh.

- Maria, nhờ cô dịch cho Carlos biết tôi không phải người hoa, đừng kêu tôi là *chino.*

Maria quay sang chồng dịch lại.

Carlos tròn mắt nhìn tôi.

- *You not Chino?*

Tôi lắc đầu nói hắn tôi là người Việt.

- Ồ, *Vietnamita!*

"Vietnamita? Không gọi mình ba tàu nữa thì lại kêu mình là việt nam mít," ý nghĩ hóm hỉnh làm tôi tự cười thầm trong bụng. Bỗng nhiên Carlos đứng lên đi vào trong nhà. Có tiếng mở cửa tủ rồi những tiếng đồ thủy tinh va vào nhau, một chập sau hắn trở ra miệng cười thật tươi đến mang tai, tay dơ ra một chai trông như chai rượu có chất gì trong trong còn tay kia cầm hai cái ly xây chừng nhỏ. Hắn đưa cho tôi một ly rồi rót rượu vào. Tôi đưa ly lên mũi ngửi, mùi cồn nồng ngai ngái xông lên mũi làm nhớ lại mùi rượu đế một thời hay nhậu ở quê nhà với lũ bạn. Tôi nhìn Maria, nàng ta nói tequila. À, thì đây là rượu tequila nổi tiếng của xứ Mễ tây cơ mà tôi hằng nghe. Về rượu mạnh thì tôi cũng như mấy người bạn nhậu Việt chỉ biết có cognac hay brandy nhãn Napoléon. Carlos tự rót cho mình một cốc rồi ngửa cổ làm một phát thật nhanh xong hắn khà một tiếng thật lớn rồi ra dấu tay bảo tôi uống theo. Bắt chước hắn, tôi cũng đổ cốc rượu vào miệng. Chất lỏng nóng bỏng đi đến đâu đốt đến đó, từ lưỡi cho đến đáy dạ dày. Thật không ngờ tequila còn mạnh hơn cognac. Tôi ho lên sặc sụa đến ứa nước mắt. Carlos cười lên ha hả rất sảng khoái, lên tiếng khen:

- *You good, muy bueno!*

Tôi đưa trả lại cái ly xây chừng, lắc đầu nói rượu quá mạnh, uống không nổi. Hắn bật cười to phán.

- *OK, tomorrow, you drink good.*

Tôi lè lưỡi lắc đầu.

. . .

Những ngày sau đó tôi được biết nhiều thêm về cặp vợ chồng láng giềng Mễ. Carlos mỗi sáng lái chiếc truck đi làm còn vợ thì ở nhà lo cho thằng con trai nhỏ. Hắn và tôi thường rời nhà cùng một lúc với nhau.

Cứ gặp nhau như thế tôi học thêm được vài câu tiếng Mễ thấy cũng vui vui, hết *Buenos días* đến *Qué tal* rồi *Mucho trabajo poco dinero* (lắm việc ít tiền). Ra đến đường tôi và hắn đi cùng một xa lộ một khúc khá xa mới rẽ hai hướng khác nhau, người nào đi đến sở người nấy. Thường thì đến chiều đi làm về tôi đã thấy chiếc truck nằm lù lù chỗ cũ ban sáng. Từ trong nhà cặp vợ chồng có tiếng nói chuyện, tiếng cười của Carlos và thằng bé, mùi nấu ăn bay ra thơm phức. Lắm lúc nhìn cảnh tượng ấm cúng gia đình hạnh phúc của Carlos tôi đâm thèm và tiếc nuối những ngày tháng có Hương. Nhiều ngày Hương đến, hai đứa nấu cơm chung xong ăn chung. Đạm bạc, giản dị nhưng hạnh phúc vô ngần, những tưởng nó sẽ kéo dài mãi mãi. Phải chi tôi không gặp Stacey.

Một hôm Maria hỏi tôi sao không lấy vợ. Tôi cười buồn kể chuyện Hương và đứa con gái Mỹ. Maria chép miệng lắc đầu chê *bad man* rồi dịch lại cho chồng nghe. Carlos nháy mắt khen tôi *bueno*, bị vợ trợn mắt mắng *Qué?* Hắn cười hì hì rồi mời tôi một lon Tecate nữa.

Đến cuối tuần vợ chồng Mễ trẻ mời tôi sang ăn thịt nướng. Mỗi lần như thế Maria lại phải đóng vai thông dịch viên cho chồng. Carlos còn cha mẹ và đứa em trai bên Mễ, hắn muốn để dành tiền đem họ sang rồi cả gia đình họp lại mở một tiệm tạp hóa nho nhỏ bán hàng Mễ.

- Vậy thì cậu nên đi học Anh văn, tôi khuyên, vì trước sau gì cũng phải giao dịch với dân bản xứ.

Hắn gật gù có vẻ đồng ý xong móc ví lôi ra hai tấm ảnh cũ mềm đưa tôi xem.

- *Mi papá, mi mamá.*

Hình chụp một cặp vợ chồng Mễ già trông quê mùa đứng trước một căn nhà nhỏ lợp mái tôn lụp xụp bên một con đường đất trông không khác gì nhà cửa trong mấy khu nhà lá ngoại ô Sài Gòn. Người đàn ông già dáng thấp bé cười nhe mấy cái răng sún đứng cạnh một phụ nữ lùn và mập, miệng cười khoe vài cái răng vàng. Một chiếc xe đạp dựng lên tường gần đó. Carlos chỉ cho tôi xem tấm hình thứ nhì chụp thằng em trai hắn.

- Felipe, em tôi.

Thằng bé đen đúa trông khoảng mười hai mười ba tuổi nhe mấy cái răng sún giống cha đang ngồi trên một chiếc xe đạp con. Carlos khoe chính hắn mua chiếc xe đạp ấy cho thằng em.

- Tôi tặng nó vì nó học giỏi, nó thông minh như ông vậy, làm toán giỏi lắm. Mai mốt nó cũng học kế toán như ông để giữ sổ sách cho tiệm tạp hóa tôi sẽ mở cho ông bà già đứng trông.

"Chắc thằng này chưa biết mẩu chuyện tây cô bé đội sữa ra chợ bán," tôi nghĩ thầm.

Trả lại tên hàng xóm hai tấm hình, tôi chúc hắn may mắn và hứa sẽ là khách hàng đầu tiên của cửa tiệm tạp hóa trong giấc mơ của hắn. Carlos cám ơn xong mắt lim dim nhìn xa xăm, chắc hắn đang nhìn về hướng Nam, nơi chôn nhau cắt rún của hắn với những người thân đang chờ ngày xum họp. Còn tôi thì nhìn về hương Tây cố tìm thấy một giải đất hình chữ S, nơi cha mẹ và đứa em gái tôi cũng đang chờ ngày trùng phùng. Đơn xin Đoàn Tụ Gia Đình đã nạp hai năm nay nhưng tôi vẫn chưa nghe thấy động tĩnh gì từ Sở Di Trú và tôi vẫn kiên nhẫn chờ. Khác với Carlos, tôi không mơ mộng gì nhiều cho một tương lai huy hoàng cho đại gia đình tôi khi sang đến đây. Biết thân phận mình học hành chưa xong, vốn liếng học vấn trước 75 ở Sài Gòn chả có giá trị gì bên này, bây giờ chỉ biết làm cạo giấy ngày hai buổi, của cải không có gì ngoại trừ cái xe cũ mua lại để đi làm, tôi chỉ biết lo cho những gì trước mắt khi gia đình sang được như nơi ăn chốn ở, ghi tên cho đứa em gái vào trung học, vấn đề sức khỏe của cha mẹ tôi. Thế thôi! Tôi nghĩ cha mẹ tôi sẽ thất vọng khi thấy tài sức con trai lớn mình chỉ đến thế. Có lẽ cha mẹ quê mùa của Carlos lại vui sướng và hãnh diện hơn song thân tôi. Tôi chợt thấy buồn bã, lắc đầu.

- *Qué pasó*, chuyện gì vậy? Carlos hỏi.

Tôi nói đang nghĩ về gia đình bên quê nhà. Carlos bắt tôi kể về cha mẹ và đứa em gái. Tôi chiều lòng hắn vắn tắt nói về gia đình mình. Để kết luận, tôi nói hắn và mình đồng cảnh ngộ.

Hắn lắc đầu bảo Maria dịch lại.

- Không như thế đâu, cha mẹ ông được phép vào Mỹ một cách hợp pháp, chỉ là vấn đề thời gian. Cả một bể Thái bình dương ngăn chia Mỹ Việt hàng ngàn dặm nhưng chỉ cách nhau một hai ngày bay trong khi Mễ và Mỹ cùng một biên giới nhưng có thể là phân ly bao năm trời.

Một nụ cười ngây ngô nhưng quả quyết trên mặt hắn.

- Nhưng tôi sẽ đem ông bà già và thằng em sang đây được. Còn em gái ông?

- Em gái tôi cũng bằng tuổi Felipe, đang học lớp tám.

Carlos đòi xem hình gia đình tôi. Đến lượt tôi móc ví lấy ra một tấm ảnh nhỏ chụp gia đình. Nhìn hình một lúc, tên hàng xóm Mễ gật gù khen cha mẹ tôi trông còn trẻ. Hắn khen đứa em gái tôi xinh rồi chuyền ảnh sang cho Maria. Vợ hắn đón lấy bức ảnh, đưa lên nghiêng đầu nhìn. Tôi quan sát người con gái Mễ mặn mà như gái lục tỉnh Việt Nam, nước da ngăm ngăm bánh mật, đôi môi dày lúc nào cũng bóng lên dễ gợi dục, cặp mắt to và đen, chỉ có cái hơi mập người tròn trĩnh như đa số phụ nữ Mễ. Xem ảnh xong Maria đưa trả lại cho tôi rồi tiếp tục đút từng miếng thịt cho thằng bé ăn. Thằng nhỏ chắc no không muốn ăn nữa, nó quay mặt đi cố tránh cái nĩa đầu xiên miếng thịt làm mẹ nó cứ phải chu môi ra kêu chùn chụt để dụ nó ăn. Cặp môi nàng cong cớn lên trông thật khêu gợi. Suốt ngày ở nhà ăn no xong lăn ra ngủ chờ chồng đi làm về, cái sức lực xung mãn ấy cứ tăng dần lên như nước dâng mãi phải có lúc vỡ bờ.

Tôi trở lại đề nghị Carlos nên đi học thêm Anh văn vì nếu mai đây chẳng may cái *body shop* bị đóng cửa thì làm sao hắn tìm được việc làm khác nếu không biết tiếng Anh. Chả lẽ mò về lại cái làng nghèo nàn bên nước Mễ của hắn? Maria dịch lại, xổ một tràng cho chồng nghe. Hắn trả lời vợ cũng một tràng.

- Chồng tôi muốn học nhưng e khó, Maria giải thích.

Tôi hứa sẽ giúp hắn nếu có gì khó.

Sau bữa nhậu đó, tôi không nghĩ Carlos sẽ giữ lời hứa học tiếng Anh nhưng tôi đã lầm. Mấy hôm sau hắn khoe đã ghi tên học ESL miễn phí tại một nhà thờ Mễ mỗi tuần hai đêm, còn hai đêm kia thì hắn đem sách vở sang nhờ tôi chỉ thêm. Tên này bề ngoài trông vai u thịt bắp ù lì chứ khá thông minh, học vào rất nhanh và được cái không tự ái, lắm lúc bị tôi mắng vì có mấy cái luật văn phạm giản dị mà không nhớ, hắn chỉ nhe răng cười rồi xin lỗi. Vài tháng sau Anh văn Carlos khá lên thấy rõ. Bây giờ mỗi sáng gặp nhau hắn không còn chào tôi bằng 'Buenos días' nữa mà thay vào đó là 'Good morning' kèm theo những câu hỏi khác về thời tiết, việc làm, vân vân. Tôi vừa mừng cho hắn vừa mong mình không làm tên láng giềng Mễ mất gốc.

Suốt mấy tháng trời làm thân với gia đình Mễ bên cạnh làm tôi thấy bớt cô đơn. Nỗi buồn thất tình ban đầu rồi cũng bớt đi nhất là Hương không còn học chung trường với tôi nữa. Đã hơn một khóa học tôi không thấy nàng trong câu lạc bộ hay ngoài sân trường.

"Biết đâu Hương đã lấy chồng và bỏ học. Thôi thế cũng xong," tôi nghĩ mà trong lòng trùng xuống. Những lần sau đi ngang qua building mà Hương thường có lớp, tôi vẫn còn cảm thấy phần nào xao xuyến. Nếu tình cờ gặp lại Hương thì biết nói gì?

3

Sau lễ Thanksgiving, những thương xá bắt đầu nhộn nhịp đèn đóm thắp sáng trưng chuẩn bị cho một mùa Giáng Sinh sắp đến. Đêm đêm người ta lũ lượt đi shopping. Những bãi đậu xe càng ngày càng đầy, chẳng mấy chốc tìm một chỗ đậu xe cũng khó. Có những buổi chiều sau khi đi làm ra, tôi ghé vào một thương xá gần nhà để cùng nhập vào giòng người mua sắm nhưng vì cần để dành tiền lo cho gia đình nên tôi chỉ đi ngắm cho đỡ thèm. Tay thọc trong túi quần, tôi đi lang thang trong thương xá, đứng ngoài tiệm dán mũi lên tủ kính nhìn mấy cái áo da, mấy bộ đồ vét, các dàn stereo chứ không dám bước vào vì sợ người bán hàng ra hỏi thăm.

Đi một đỗi mỏi chân, tôi ghé vào một cái quán cà phê nhỏ gọi một tách espresso ngồi nhâm nhi nhìn thiên hạ dập dìu qua lại. Họ trông thật hạnh phúc. Những cặp ôm tay nhau dìu nhau bước thong thả như muốn kéo dài thời giờ bên nhau làm tôi nhớ lại quãng ngày vui chỉ mấy tháng trước. Nếu còn Hương, chắc chúng tôi cũng không khác gì người ta. Đứa con gái trẻ chạy bàn với một khuôn mặt thật xinh và mái tóc vàng búi lên phía trên đội mũ vải mỏng theo kiểu gái Bắc Âu đi lại cầm cái tách cà phê đã cạn của tôi lên, hỏi tôi còn muốn dùng gì nữa không. Tôi mỉm cười với đứa con gái, trong lòng hết sức muốn thú thật với nàng nỗi cô đơn của tôi, may ra được nàng rủ lòng thương nhưng nghĩ sao lại thôi, chỉ lắc đầu cám ơn rồi đứng lên ra về.

Một đêm đi dạo thương xá về đến nhà, tôi thấy Carlos đúng lúc cũng vừa đậu chiếc xe truck trước cửa nhà hắn thay vì bên hông như thường lệ. Vợ chồng con cái xuống xe. Hắn đi vòng ra phía sau chiếc xe truck, mở cái bửng xuống xong cố lôi một cây thông xuống xe. Tôi chạy lại chào rồi phụ hắn khiêng cây vào trong nhà.

Sau hơn mười lăm phút vật lộn với cái cây thông cao hơn đầu

người, hai người đàn ông mới dựng được nó trong xó nhà. Hắn vỗ vai tôi cám ơn rồi vào bếp mở tủ lạnh lấy hai lon bia mời tôi một lon xong bầy ra bàn mấy dĩa thức ăn *take-out* mới mua về.

Trong khi đó Maria lôi ra từ trong một cái túi giấy to tướng một mớ dây điện rối bù trên có gắn nhiều bóng đèn nhỏ đủ màu trải xuống sàn nhà rồi gỡ rối ra từng sợi. Cô nàng làm cái công việc thật tỉ mỉ này khá lâu xong bắc ghế trèo lên chịu khó treo lên cây thông những ngôi sao bạc, những cái tượng thiên thần nho nhỏ xong cuốn sợi dây điện lủng lẳng bóng đèn đủ màu xung quanh cây. Trong khi đó thằng con trai cứ chạy vòng quanh cái cây ra chiều thích thú lắm. Maria sợ nó đụng vào làm rớt đồ, lên tiếng đuổi nó đi. Thằng nhỏ phụng phịu nước mắt vòng quanh chạy lại cha nó. Carlos bế nó lên cho ngồi lên đùi rồi nhịp lên nhịp xuống làm nó thích chí cười vang lên. Tôi thấy thằng bé dễ thương tệ, đưa tay ra vuốt đầu. Nó cười với tôi 'Tío Phong.'

Carlos ngồi im lặng nhìn vợ loay hoay trang hoàng cây thông. Khi hai lon bia Tecate vừa cạn thì Maria cũng vừa xong. Nàng ta trịnh trọng cắm điện. Những ngọn đèn xanh, đỏ, vàng, trắng bật lên cùng một lúc rồi lấp lánh trông thật đẹp mắt. Thằng bé trai reo lên trong vui mừng- *Qué bonitas luces, papá!* (Đèn đẹp quá cha ơi), xong nó ngồi phệt xuống đất mắt chăm chú nhìn mấy ngọn đèn màu chớp chớp. Mắt thằng bé long lanh không kém gì mấy ngọn đèn. Niềm hạnh phúc nhỏ bé đã được toại nguyện. Maria ngồi xuống cạnh con, ôm nó sát vào lòng rồi hai mẹ con bắt đầu cất tiếng hát một bài hát bằng tiếng Tây ban nha mà tôi đoán là bài hát Giáng Sinh. Giọng mẹ thật ấm, giọng con thật trong. Tôi liếc sang nhìn Carlos. Một nụ cười toại nguyện pha lẫn với vui sướng nở trên môi hắn rồi môi hắn bắt đầu mấp máy. Hắn hát theo vợ con. Tôi biết đến lúc phải rút lui để trả lại bầu không khí gia đình ấm cúng cho Carlos và vợ con. Tôi đứng lên chào hắn rồi rón rén bước ra cửa. Hắn không nhìn theo, chỉ nói *Adiós* xong đưa tay cầm lon bia lên vẫy.

Bên ngoài vài giọt mưa lạnh buốt quất lên mặt. Những chiếc lá còn lại trên cành mấy cây trong bãi đất lay động trong ngọn gió thổi nhẹ, vài chiếc lìa cành bay theo ngọn gió rồi nhẹ nhàng đáp xuống đất. Đã lâu tôi không còn đếm lá cho những ngày tháng cô đơn của mình. Tôi chỉ ước có một trận bão nào thật lớn thổi đến làm rụng hết lá để chấm dứt nỗi cô đơn ấy. Có tiếng cười ròn tan của đứa con trai Carlos từ trong nhà vọng ra ngoài. Ra đến giữa bãi đất trống, tôi quay lại nhìn căn nhà hàng xóm. Nổi bật lên giữa bóng đêm đen như mực của một buổi tối mùa đông, cái cửa sổ màn kéo sang một bên nhà Carlos bên trong đèn màu sáng rực rỡ ở ngoài nhìn trông tương tự như bức tranh của Norman Rockwell vẽ lên hình ảnh một gia đình hạnh phúc đang quây quần bên nhau xung quanh bàn ăn trong ngày lễ.

Tay thọc sâu trong túi áo, tôi cúi đầu bước nhanh về căn nhà trống vắng lạnh lẽo của mình.

. . .

Buổi chiều ngày 24, cơn mưa dầm dề ba ngày nay tự nhiên ngưng như là theo lệnh của Thượng Đế để chúng sinh có thể cử hành lễ Giáng Sinh một cách thoải mái. Thay thế cho những giòng nước lũ là những ngọn gió lạnh buốt không biết ở đâu thổi về, có lẽ từ Alaska nên đem theo cái buốt thấu xương. Hãng hôm nay cho nhân viên về sớm nửa ngày để chuẩn bị đón lễ. Là người Phật giáo dĩ nhiên tôi không quan tâm nhiều về chuyện ấy. Tôi tính sắp vài bộ quần áo đến nhà cô tôi ở chơi vài bữa vì lễ Giáng Sinh nhằm vào thứ năm nên sở đóng cửa luôn cho đến tuần sau.

Về đến nhà, tôi thấy một chiếc xe lạ nào đậu trước cửa nhà Carlos, một chiếc xe hoa-kỳ hiệu Impala kiểu cũ thời sáu mươi mấy, to như xe tăng rất được giới trẻ Mễ ưa chuộng, thường thì mua về rồi thay bốn bánh bằng những bánh nhỏ thấp lè tè. Tôi đoán gia đình Carlos mời bạn hay bà con nào đến ăn Giáng Sinh.

Sắp quần áo vào bị xong tôi xách ra xe đúng lúc Carlos từ trong đi ra cùng với một thanh niên Mễ. Hắn đi vội lại xe tôi.

- Phong, ông qua nhà tôi ăn Giáng Sinh chứ?

Tôi từ chối vì đã hứa với cô tôi.

- Xin lỗi, thôi để năm sau đi. Tôi phải lại thăm cô tôi như đã hứa. Bạn cậu đó hả?

Tôi vừa hỏi vừa đưa mắt nhìn người thanh niên Mễ ăn mặc diêm dúa, tóc chải tém, cổ đeo mấy sợi dây chuyền vàng đứng cạnh Carlos. Không chờ Carlos lên tiếng, tên này chìa tay ra cho tôi bắt, nhếch môi tự giới thiệu.

- Tôi là Oscar, bạn của Carlos.

- Tôi tên là Phong.

Carlos xen vào. bằng khả năng Anh ngữ khá hơn trước, giải thích.

- Oscar là bạn thân của tôi từ bên Mễ, gia đình hắn ở cùng tỉnh với ông bà già tôi, vẫn còn bên đó chưa sang được. Chính Oscar đưa tôi vào làm trong *body shop*. Maria muốn mời Oscar đến ăn Giáng Sinh vì gia đình chú hắn về Mễ nên hắn có một mình.

- Xin lỗi hai người nghe, tôi phải đi vì đã trễ.

Quay sang Oscar, tôi bắt tay hắn một lần nữa.

- OK, mai mốt mình gặp lại.

Vừa quay đầu xe lại, tôi thấy Maria từ trong nhà đi ra tiến lại chỗ chồng và người bạn đang đứng xongg tự nhiên khoác tay Oscar kéo hắn đi. Carlos lững thững đi sau bạn và vợ, chân đá mấy chiếc lá vàng dưới đất. Hắn ngừng chân khi xe tôi ra gần đến ngoài đường, hắn đưa tay lên vẫy. Tôi bấm còi chào lại rồi lên ga.

Chiếc xe Impala trở lại nhà Carlos đôi ba lần sau lễ Giáng Sinh. Những lần như thế là nhà hàng xóm Mễ của tôi nhộn nhịp lên như có hội. Dù là đã vào đông trời bên ngoài lạnh ngắt, Carlos vẫn lôi cái lò than ra sân sau nướng thịt mùi bay thơm phức. Hắn luôn kêu tôi sang nhậu chung. Qua đến nơi tôi thấy Oscar ngồi sẵn với lon bia trong tay. Đến lúc này tôi mới biết thế nào là thức ăn chính tông của xứ Mễ. Sau vài lần ăn thịt nướng mà Carlos khoe là đã học được từ một người bạn vùng Michoacán và các món đồ biển Maria nấu theo kiểu Veracruz, tôi bắt đầu thích thức ăn Mễ. Khi nghe tôi nói trước kia hay ăn Taco Bell mà nghĩ đó là món ăn Mễ, Carlos cười giải thích đó là thức ăn *"gringo"*.

Tên Oscar nhìn tôi lắc đầu nhếch mép cười nói.

- Ông chả biết gì về văn hóa Mễ.

Tôi thấy nóng mặt, định lớn tiếng nói văn hóa mày ra gì so với văn hóa năm ngàn năm của tao nhưng vì nể Carlos nên thôi. Tôi đâm ghét tên Oscar này vô cùng, hắn lầm lì ít nói, điệu bộ khinh khỉnh, ra vẻ kẻ cả ngay cả với bạn hắn và nhất là thường tìm cách công kích tôi. Trong khi Carlos càng dễ thương bao nhiêu thì tên Oscar dễ ghét bấy nhiêu.

. . .

Người kế toán trưởng già đầu hói đặt tờ *spreasheet* của tôi xuống, đầu gật gù ra điệu bộ hài lòng. Ông ta đọc lại những hàng cột số một lần nữa rồi gật gù:

- OK! Tốt lắm. Cậu làm cái *trial balance* này và mấy cái ledgers kia đúng.

Ông ta đặt lại tờ *spreadsheet* xuống bàn, gỡ cặp kính lấy khăn mu-xoa trong túi ra vừa lau vừa cho tôi biết hãng rất là hài lòng với việc làm của tôi và sẽ cho tăng lương. Ông còn cho phép tôi về sớm để lo giấy tờ nhập cảnh cho gia đình.

Rời văn phòng boss, tôi mừng vô cùng. Hai ngày hôm nay tôi được hai tin vui liên tiếp nhau. Chiều hôm qua đi làm về lấy thư thấy phong bì Sở Di Trú gởi đến, tôi hồi hộp vô cùng. Quăng vội chiếc áo khoác lên ghế, tôi vội vàng xé phong bì ra đọc thơ ngấu nghiến. Đọc đến hết thư, tôi muốn hét lên thật to, gia đình đã được chấp thuận cho sang Mỹ, chỉ cần đi khám sức khoẻ là xong. Như vậy không bao lâu nữa tôi sẽ gặp lại cha mẹ và đứa em gái. Tôi cầm lá thơ chạy sang nhà Carlos khoe. Maria đọc xong dịch lại cho chồng nghe.

- Muy bueno. Tôi mừng cho ông. Như vậy khi nào thì gia đình ông qua?

- Tôi không biết rõ, tôi trả lời, có thể chỉ một vài tháng thôi, tôi đoán vậy.

- Ông làm đơn bao lâu rồi?

- Hai năm, nhưng tôi xa nhà tôi hơn sáu năm, sáu năm dài đăng đẳng.

Carlos quay mặt đi, trên môi nở nụ cười gượng gạo. Thấy hắn thế, tôi biết trong niềm vui lớn mình đã quên cái buồn của người đồng cảnh ngộ bèn lên tiếng an ủi.

- Kiên nhẫn lên đi, chỉ là vấn đề thời gian.

Nói vậy chớ tôi nghĩ gia đình hắn biết đến bao giờ mới được phép sang Mỹ. Cũng có thể Carlos sẽ gởi tiền về cho gia đình để tìm cách vào Mỹ một cách bất hợp pháp. Biết đâu chính hắn cũng là dân *wet back*[1] ở lậu, dùng giấy tờ giả để đi làm nuôi thân.

Giờ cộng thêm cái tin tôi được lên lương. Tôi tính nhẩm số tiền để dành trong ngân hàng đã lên đến hơn ba ngàn đô, có lẽ tôi nên bắt đầu nghĩ đến việc mướn một căn nhà tử tế chứ cái nhà đang thuê nhỏ xíu thì làm sao đủ chỗ cho bốn người.

---

1 *wet back* (lưng ướt) hoặc *mojado* trong tiếng tây ban nha là từ miệt thị ám chỉ những người Mễ trốn lậu sang Mỹ để ở bất hợp pháp bằng cách lội qua sông *Rio Grande* giữa Mễ và Texas nên lưng bị ướt.

Dọn dẹp bàn làm việc cho gọn ghẽ xong tôi nhìn đồng hồ, hai giờ trưa. Nói là cần lên sở Di Trú bổ túc giấy tờ chứ kỳ tình tôi chỉ cần chụp phóng ảnh vài văn kiện rồi ra bưu điện gởi gấp nhưng đã được cho về sớm thì tôi muốn lợi dụng vài giờ đồng hồ đi xem mấy căn nhà ba phòng tôi thấy báo đăng cho mướn.

Tạt qua bưu điện gởi lá thơ xong, tôi phải chạy về nhà để lấy địa chỉ mấy căn nhà đó tôi quên cầm theo lúc ban sáng khi đi làm. Xe vào đến bên trong bãi đất thì tôi thấy chiếc Impala đậu phía sau căn nhà bên cạnh. Chiếc xe truck của Carlos thì tôi không thấy đâu cả. Cũng lạ nhưng vì cần đi gấp nên tôi chả bận tâm về chuyện hàng xóm. Lấy địa chỉ nhà cho thuê xong tôi trở ra ngoài thì đúng lúc thấy Oscar từ trong đi ra, quần áo hắn phía trước có chỗ trông như bị ướt. Hắn leo lên chiếc Impala phóng đi. Maria đang bế đứa nhỏ đứng trước cửa. Thấy tôi nàng lên tiếng chào.

- Xui ghê, nhà bị bể ống nước, may Oscar lại sửa chứ không thì nhà bị lụt.

- Chồng cô không có nhà? Tôi hỏi.

Maria lắc đầu.

- Chồng tôi bận đi làm, phải nhờ Oscar lại giúp vì hôm nay anh ấy được về sớm.

. . .

Tôi đã nạp đơn xin mướn một trong mấy căn nhà ba phòng hôm nọ đi xem. Căn nhà trông rất tươm tất, nằm trong một khu vực khá an ninh và sạch sẽ. Giờ tôi chỉ chờ chủ nhà trả lời có thuận hay không. Vấn đề kế tiếp mà tôi phải lo là bàn ghế giường tủ. Cuộc sống con trai độc thân của tôi không đòi hỏi gì nhiều nhưng thêm ba người nữa nhất là mẹ tôi và đứa em gái thì lại khác. Tiền thì có đấy nhưng phải để dành, chưa thể mua đồ dùng mới vào lúc này. Mỗi ngày tôi đọc báo mục rao vặt tìm những nơi bán đồ gỗ cũ rồi sáng thứ bảy chịu khó lái xe vòng vòng tìm mấy cái garage sales. Thói đời là vậy, khi mình không cần thì có nhan nhản khắp nơi, lúc cần thì biến đi mất hết. Mấy cái *garage sales* và *yard sales* tôi đi xem chỉ bán mấy thứ vớ vẩn vô dụng. Chợ trời trên Oakland lẫn San José thì tuy có bán đấy nhưng lại hơi mắc. Mang tiếng là chợ trời nhưng đồ họ bày bán còn rất mới và không rẻ so với túi tiền của tôi.

Sáng thứ bảy thức dậy như thường lệ tôi cầm tờ báo và tách cà phê ra sau nhà ngồi hút điếu thuốc vừa đọc báo, lần này cố tìm trong mục rao vặt có ai bán bàn ghế và giường cũ. Trong bãi đất trống này, ngoại trừ mấy căn nhà phía bên kia có hàng rào cho mỗi nhà, còn hai căn nhỏ tôi và Carlos thuê thì cùng chia nhau một miếng đất. Ra đến ngoài tôi ngạc nhiên khi thấy Carlos ngồi dưới đất dựa lưng lên bánh xe truck trên tay cầm một lon bia.

- Chuyện gì vậy, sáng sớm đã uống rồi? Tôi hỏi.

Carlos nhìn lên, không buồn trả lời. Cái nhìn của hắn vừa buồn vừa lo âu. Ném tờ báo trên tay xuống đất, tôi ngồi phệt xuống đối diện với hắn, móc một điếu thuốc ra châm.

- Có chuyện gì mà sao trông cậu lo lắng thế?

- Tôi sắp bị mất việc làm, hắn đáp giọng rầu rĩ.

Tin động trời! Ở bên Mỹ này mất việc làm là mất hết. Tôi thông cảm nỗi lo của Carlos ngay. Ví dụ tôi mà mất job thì cái nhà nhỏ đang thuê còn không trả nổi huống chi cái nhà ba phòng đang muốn mướn. Trường hợp Carlos còn thê thảm hơn vì hắn còn vợ và con thơ. Tiền thất nghiệp đâu có là bao. Nếu điều tôi nghi hắn là dân Mễ ở lậu là đúng thì lại còn khó khăn cho gia đình hắn hơn vì hắn sẽ không dám ra Sở Thất Nghiệp ghi tên lãnh trợ cấp.

Carlos ngửa cổ lên tu hết ngụm bia cuối xong quăng lon ra xa. Cái lon nhôm rớt lên mấy cục đá phát ra mấy tiếng kêu leng keng rồi nằm im trên bãi cỏ.

- Ông chủ hôm qua nói tiệm làm ăn lỗ lã nên sắp đuổi bớt người. Tôi mới vào làm lại còn đang chưa thạo nghề nên bị cho đi trước. Oscar thì sẽ được giữ lại vì hắn vừa làm lâu vừa làm giỏi. Thứ hai họ sẽ cho biết người nào bị đuổi. Tôi không biết giờ phải làm gì đây.

Tôi cố an ủi hắn đừng nên lo, mất việc này thì đi tìm việc khác. Bề ngoài nói vậy để trấn an Carlos chứ trong lòng tôi biết nếu mình là hắn thì sẽ lo quýnh lên chứ chả chơi. Có tiếng cửa mở kẽo kẹt rồi cánh cửa gỗ cũ kỹ tróc sơn bật mở. Maria bế thằng bé con từ trong đi ra. Nàng đi lại, khẽ lên tiếng chào tôi rồi đứng dựa lên xe nhìn chồng với cái nhìn thản nhiên như chả có gì phải lo. Carlos không nhìn lại, mắt vẫn dán lên bãi cỏ trước mặt. Vợ hắn nói một tràng dài, hắn lắc đầu.

Maria quay sang tôi.

- Chồng tôi nói cho Phong nghe chưa? Sắp mất job rồi.

Tôi gật đầu. Maria nói tiếp.

- Tôi đã kêu Oscar nhờ xin với người chủ.

Hình ảnh chiếc xe Impala trở lại trong đầu tôi. Tôi nói úp mở.

- Tôi tin chắc Oscar sẽ hết lòng giúp, và sẽ phải được.

Một nụ cười tự tin nở trên môi đứa con gái Mễ, nó lập lại câu của tôi.

- Tôi cũng tin Oscar sẽ giúp được.

Nói xong Maria quay lưng bế con đi vào nhà, Carlos lắc đầu vẻ mặt không nhiều tin tưởng như vợ, đứng lên đi theo vào trong.

Việc Carlos nhờ Oscar kết quả ra sao tôi không rõ vì đi thăm bà cô cho đến khuya mới về. Xe chưa lăn bánh vào bãi đậu tôi đã nghe tiếng nhạc nhà quê ranchera của Mễ vọng ra từ nhà tên hàng xóm. Xen lẫn trong tiếng nhạc là tiếng cười nói thật ồn ào thỉnh thoảng có tiếng rú lên như vượn. Trong ánh đèn xe, tôi thấy hình thù chiếc Impala đậu sau cái truck của Carlos. Vào trong nhà tôi vừa mới cởi cái áo jacket ra ném xuống ghế sa lông thì có tiếng chân người trước cửa nhà rồi tiếng đập cửa rầm rầm.

- Ê, Phong, có nhà không?

Tiếng oang oang của Carlos đi trước theo sau là chính hắn tự nhiên đi vào phòng khách.

Thấy tôi, hắn nói giọng nhừa nhựa sặc mùi rượu.

- Tôi không bị mất job, nhờ *compadre* (tên bạn) Oscar của tôi xin cho. Tụi này đang ăn mừng. Rảnh không, qua làm vài ly tequila đi. Mai chủ nhật mà lo gì!

Tôi lưỡng lự không muốn đi vì không muốn thấy cái bản mặt thấy ghét của thằng Oscar nhưng trước cái vui thành thật của Carlos, tôi đành gật đầu. Hắn lập tức đẩy tôi ra cửa. Ra đến ngoài nhìn Carlos đi chân nam đá chân siêu tôi biết hắn đang say túy lúy. Có lúc hắn nghiêng ngửa như muốn ngã làm tôi phải nắm tay hắn giữ người cho thẳng lên.

- Carlos, cậu say quá!

Hắn cười hề hề bảo- Sí, sí.

Sang đến nơi tôi thấy Oscar đang ngồi chễm chệ trên cái ghế lazy boy còn Maria thì ôm thằng bé ngồi bên cạnh. Trên chiếc bàn khách đã có mấy lon bia nằm lăn lóc, chai tequila và mấy cái cốc nhỏ. Thấy tôi và Carlos vào, Oscar đưa lon bia lên chào. Tôi miễn cưỡng gật đầu chào lại. Tên Mễ vẫn ngồi yên đó, nghếch mắt lên nhìn tôi như là chờ hỏi han bắt chuyện. Không thèm nói gì, tôi ngồi xuống, tay đỡ lon bia Carlos đưa.

- *No cerveza, tequila!* Oscar khoác tay bảo.

Hắn quay sang Maria nói gì một hơi. Cô nàng cười cười rồi cầm chai tequila lên rót vào một chiếc cốc nhỏ xong đưa cho Oscar. Hắn thè lưỡi ra liếm tí muối trên lưng tay rồi bằng một cử chỉ thật nhanh và gọn cầm cốc lên nốc một cái cạn láng xong cắn vào miếng chanh Maria đưa cho hắn. Dằn cái cốc xuống bàn, hắn nhìn tôi thách thức.

Cái trò uống thế này, sáng dạy chỉ tổ nhức đầu. Tôi lắc đầu khi Carlos đưa cho tôi một cái ly xay chừng khác nhưng hắn nhất định bắt tôi phải uống.

- *Uno, sólo uno*, một ly thôi, hắn lè nhè nói.

Chiều hắn tôi nốc cạn một ly tequila xong đưa trả lại hắn cái ly. Không soi gương nhưng tôi biết mặt tôi nhăn như mặt khỉ trông thật buồn cười vì chất nồng của men rượu và nhất là ba người kia cười rộ lên. Maria rót cho tôi thêm một cốc nữa và ép tôi uống. Tôi phản đối kịch liệt. Tên Oscar đưa mắt nhìn lắc đầu nhếch mép cười ra vẻ khinh khi. Máu nóng bốc lên đầu, tôi không cần suy nghĩ, chộp lấy cốc rượu rồi nốc cạn. Cái chất lỏng nóng bỏng ấy chảy xuống dạ dày, đi đến đâu hâm nóng lên đến đấy rồi dồn máu chạy lên đầu. Những tiếng vỗ tay rần rần nổi lên. Tôi tự nhiên thấy hứng lên. Mình là con rồng cháu tiên, sợ gì mấy tên hậu duệ mọi Aztec và Maya.

- Uno más, một ly nữa, tôi vừa nói vừa chỉ vào cốc rượu.

Không đầy một tích tắc, cái chất lỏng vàng lợn cợn ấy một lần nữa được rót vào cốc đầy lên mép trào ra ngoài. Tôi mắt đã mờ đi chả biết ai rót nhưng tôi cóc cần, làm một phát nữa. Vừa đặt cái cốc xuống bàn, bàn tay Maria đã đưa cổ chai tequila đến. Cốc rượu lại đầy lên đến mép. Tôi xua tay bảo thôi nhưng Maria bảo- For me! Tôi đành "nhắm mắt đưa chân". Bốn cốc rượu mạnh rót đầy uống liên tiếp hắn phải có ép-phê. Tôi cảm thấy máu trong cơ thể sôi lên đến mấy trăm độ F còn trong bao tử thì như có con gì cứ cào cấu đòi trèo lên cuống họng tôi để chui ra. Đầu óc tôi bắt đầu quay vòng vòng. Tôi cảm thấy cần nằm xuống ngay, không tài nào lết nổi ra cửa, mà nếu ra nổi đến cửa thì chắc sẽ ngã quy giữa đường trước khi mò về đến nhà dù hai nhà cách nhau chỉ vài chục thước.

- Ê, *qué pasó, Vietnamita?* Mày sao thế?

Tiếng thằng Oscar vang lên đâu đó trong phòng.

Carlos bảo tôi ra ghế nằm nghỉ một chốc rồi uống tiếp. Tôi nghe lời hắn, đứng lên lảo đảo đi lại cái ghế bành trong góc ngồi phịch xuống, tai còn nghe những tiếng cười rú lên như từ đâu xa xôi vọng về. Tôi dại dột nghĩ uống bia vào thì sẽ hạ say vì nó nhẹ hơn tequila, cầm lon Tecate đưa lên miệng. Bia vừa đi qua cuống họng đã muốn đi ngược trở lên làm tôi phải kềm ghê lắm để khỏi ói ra.

Một lúc sau tôi thiếp đi lúc nào không hay.

Ngồi ngủ gục trên ghế như thế đến nửa đêm tôi thức dậy không biết vì ngủ không đắp chăn nên cái lạnh thấm qua da thịt hay vì tiếng ai rù rì nói chuyện đâu đó. Tôi từ từ mở mắt ra nhưng vẫn nằm yên, định cho mắt quen cái bóng đêm rồi sẽ mò ra cửa đi về. Khi mắt quen bóng đêm, tôi thấy bóng hai người ngồi sau cái bàn tuốt cuối bếp rồi bóng hai cái đầu đó chụm sát vào nhau thì thào nói chuyện. Tôi cứ nằm yên quan sát. Sau lưng hai cái bóng, cửa sổ bếp màn kéo mở hẳn ra nên bên ngoài trăng ngày rằm rọi vào sáng trưng thẳng vào mắt nên khó nhìn rõ hai cái mặt ấy nhưng căn cứ vào hình thù hai mái tóc và khuôn mặt, tôi đoán Maria đang nói chuyện với bạn chồng rồi tôi giật mình khi thấy hai cái đầu ấy di động nhập lại làm một rồi có tiếng rên ư ử của Maria. Họ đang hôn nhau. Có tiếng Oscar nói gì đó vào tai Maria, đứa con gái lắc đầu, miệng thì nói gì nghe loáng thoáng như "vietnamita". Mắt tôi vẫn he hé nhìn. Trong khi Maria vẫn lắc đầu quầy quậy, Oscar tiếp tục thì thầm vào tai nàng. Lần này con bé khẽ gật đầu rồi hai cái bóng đứng lên, đi lại cửa thật nhẹ nhàng lách ra ngoài. Tôi không tin cái gì mình vừa thấy. Trong đầu tôi đã đưa ra nghi vấn chuyện họ đang làm, rón rén đi lại cửa sổ vén bức màn nhìn ra ngoài.

Hai người dẫn nhau lại chiếc Impala. Vừa đến mũi xe Oscar ôm chầm đẩy Maria nằm ngửa xuống rồi hôn lấy hôn để lên môi lên cổ, tay hắn kéo áo nàng ta lên xong hôn lên ngực, vục mặt vào giữa cặp vú to lớn. Maria hai tay buông thả, miệng thở hổn hển. Tên Mễ quay người Maria lại cho nằm xấp xuống mũi xe, một tay hắn vén váy nàng ta lên tay kia nắm quần lót kéo xuống tận gần đầu gối xong cởi thắt lưng tụt quần mình xuống. Trong ánh trăng rằm tôi thấy cặp mông đồ sộ của Maria nhịp lên xuống theo nhịp tống của Oscar. Được một lát, Maria đẩy Oscar ra, nói gì đó. Tên này mở cửa xe. Hai người chui vào trong. Cánh cửa xe mở toang về hướng cửa sổ nên tôi có thể lờ mờ thấy hai đôi chân bên trong xe lòi ra ngoài dãy dụa. Tôi há hốc mồm nhìn cái chuyện tồi bại của đôi gian phu dâm phụ đang diễn ra dưới ánh trăng rằm. Định lén đi ra cửa để về nhà nhưng tôi lại ngại khi họ trở vào không thấy mình thì sẽ biết chuyện họ bị lộ. Tôi thắc mắc Carlos đi đâu mà lại để vợ một mình với bạn. Mắt đã quen bóng tối cộng với ánh trăng sáng rọi vào trong, tôi lần theo tường đi lại phòng ngủ của Carlos. Thấy cánh cửa phòng mở một nửa, tôi thò đầu vào nhìn. Mùi rượu xông lên nồng nặc. Trong bóng đêm lờ mờ, hình thù Carlos nằm co quắp trên giường, hai tay ôm gọn thằng con trai. Hai cha con đang ngủ say như chết. Bên trong tiếng ngáy của cha và tiếng mớ của con, bên ngoài tiếng rên rỉ của đôi tình nhân tội lỗi.

Tôi mò mẫm trở lại cửa sổ. Chiếc xe Impala vẫn lắc lư lên xuống, cặp chân Maria quắp vòng ngang lưng tên đàn ông. Vài phút sau, Oscar lồm cồm chui ra khỏi xe trước, hắn kéo quần lên rồi đưa tay vào trong đỡ Maria ra. Người vợ tội lỗi đưa tay lên vuốt lại mái tóc rối bù, cài lại nút áo. Tôi vội trở về chiếc ghế dài nằm xuống gác tay ngang mắt vờ còn đang ngủ. Chỉ vài phút sau cánh cửa trước khẽ mở ra, Maria lách vào thật nhanh đi thẳng vào phòng tắm. Có tiếng động cơ xe nổ bên ngoài rồi nhỏ dần ra đến ngoài con đường cái xong chết lịm.

Nằm im lặng trong bóng đêm, tôi gác tay lên trán nhớ lại lần Maria mắng tôi là *bad man* khi tôi kể chuyện cho vợ chồng nàng ta về vụ tôi với Hương và Stacey.

Từ đêm hôm ấy trở đi, tôi không còn thấy thoải mái mỗi lần chạm mặt với Maria. Tôi cố tránh mặt, những lúc không tránh được thì chỉ nói qua loa và không còn được tự nhiên như xưa. Trong khi đó thì hình như Maria chưa biết là tôi đã biết sự việc, nàng ta vẫn thân mật với tôi và điềm nhiên nói chuyện như chả có gì xảy ra. Đến lúc này thì tôi đã xem Carlos hơn là một người hàng xóm, tôi đã xem hắn như một người bạn. Mình phải làm gì đây khi biết được vợ bạn đã vụng trộm với một người đàn ông khác, nhất lại là một người bạn thân? Tôi đâm ngượng khi gặp Carlos và cũng tránh hắn luôn. Mỗi lần phải gặp mặt hắn, tôi bị đặt vào một vị thế khó xử vì thấy hắn lúc nào cũng vui vẻ hồn nhiên vô tư lự như một đứa trẻ. Im miệng không nói ra vì muốn tránh xía vào chuyện người khác thì làm tôi cảm thấy tội lỗi. Làm sao mình có thể nhởn nhơ xử sự như không có gì xảy ra được khi bạn mình đã bị vợ lừa dối cắm sừng ngay trước mặt nhưng nếu nói ra thì có thể gây hậu quả khó lường.

Lần ăn nằm chớp nhoáng ngoài xe của Oscar làm tôi nhớ lại cái hôm tôi về bất thần vào buổi chiều gặp Oscar đến khi Carlos không có nhà. Tôi nhớ Maria nói nhà bị bể ống nước nên chồng đã nhờ bạn chạy về sửa giùm. Đó là khởi điểm của mối tình của họ hay chỉ là một tiếp tục của một mối tình tội lỗi đã bắt đầu từ lâu trước khi Carlos dọn về đây. Nếu lần làm tình ngoài xe đêm hôm ấy là lần đầu tiên Maria ăn vụng thì nàng ta thật sự yêu bạn của chồng hay chỉ ngủ với hắn như là một hành động đền ơn giúp chồng không mất việc? Tôi không biết. Dù là một khởi điểm hay một diễn tiến, tình yêu thật sự hay chỉ là một cử chỉ báo ơn, đến lúc này thì không quan hệ gì vì chuyện tội lỗi đã xảy ra.

Một hôm trên đường về nhà xui sao tôi bị đụng xe ở ngã tư vì quẹo ẩu, tai nạn nhẹ thôi không ai hề hấn gì nhưng cái về xe sau tôi bị móp vào trông thật thảm hại. Vì chỉ mua bảo hiểm một chiều phải tự bỏ tiền túi ra sửa, tôi cần tìm một *body shop* rẻ. Dĩ nhiên là tôi nghĩ đến Carlos. Hắn vui vẻ nói tôi đem xe lại chỗ hắn làm, hắn sẽ xin chủ hạ giá.

Sáng thứ hai tôi theo Carlos lại shop của hắn. Hắn và lão chủ Mễ già đứng xì xổ một lúc xong hắn đi lại xe tôi rờ mó một lúc rồi bảo chủ đòi hai trăm đô. Tôi chịu ngay vì mấy hôm nay đã đi hỏi giá vài chỗ cả Mỹ lẫn Việt, chỗ rẻ nhất đòi ba trăm.

Tên bạn hàng xóm vỗ vai tôi vui vẻ nói:

- Ông đừng lo, để xe đây ba bốn ngày là trông mới ngay. Để tôi đưa ông đi làm. *Free service* mà. *Gratis!*

Tôi leo lên chiếc truck cũ kỹ để Carlos chở đến sở.

- Oscar đâu tôi không thấy? Tôi hỏi.

- Gần chín giờ nó mới đến. Thằng bạn tôi bây giờ ngon lắm, hắn làm phụ tá cho chủ. Nó ít xuống shop lắm, còn thì làm trong văn phòng, giữ giấy tờ sổ sách và điện thoại.

Chiều tan sở ra tôi đã thấy Carlos ngồi trên chiếc xe truck cũ kỹ quen thuộc chờ sẵn bên lề đường, tiếng kèn đồng trumpet đệm cho một giọng hát con gái nức nở của một bản nhạc *ranchera*, một loại nhạc nhà quê của Mễ, vọng ra từ trong xe qua cái cửa kính được quay xuống một nửa. Vừa thấy tôi, Carlos tắt máy casette rồi ngoắc tay kêu tôi đến. Đang lo phải cuốc bộ ra trạm xe bus giờ có người lại đón tôi mừng vô cùng. Leo lên xe tôi lên tiếng cám ơn mà trong lòng thực sự cảm động hắn đã lại đón mình. Ban sáng tôi có nghe hắn hứa sẽ lại đón nhưng không nghĩ hắn sẽ đến và tôi đã chuẩn bị cặp giò đi xe lô ca căng đến trạm bus cách sở mấy khúc đường khá dài. Tôi cám ơn hắn một lần nữa.

Vặn chìa khóa nổ máy xe, Carlos quay sang tôi nhe răng cười.

- De nada!.

Rồi hắn nhìn tôi, gật gù nói.

- Ông còn bảnh hơn thằng Oscar nữa, ông đi làm đeo cà-vạt, trông như big man.

- Đeo cà vạt có gì là quan trọng đâu, mình cũng chỉ đi làm công cho người ta. Còn *body shop* hôm nay bận không? Xe tôi ai sửa? Sắp xong chưa?

Carlos một tay đánh nhịp nhè nhẹ trên vô lăng xe tay kia chỉ vào ngực mình.

- Chính tay tôi sửa xe ông, bảo đảm sẽ đẹp như mới nhưng hơi lâu vì tôi làm kỹ.

Rồi Carlos đến đón tôi mỗi ngày. Mấy ngày đi chung xe với hắn tôi được nghe kể về quãng đời của hắn bên kia biên giới. Oscar và Carlos là bạn cùng xóm. Cả hai trải qua một thời niên thiếu nghèo khổ mà gắn bó tình bạn. Carlos làm cho một nhà hàng, công việc rất nặng nhọc mà lương thì rẻ mạt, vài chục pesos mỗi ngày, tính ra chừng vài đô la.

- Đi làm cực thật nhưng có tiền cuối tuần dẫn gái đi uống nước nên cũng vui.

Tôi bật cười.

- Khi đó cậu mấy tuổi? Mười ba mười bốn mà bồ bịch gì?

Tên Mễ cười hỏi ngược lại.

- Chứ ở Việt Nam ông mấy tuổi thì có novias người yêu?

Tôi ầm ờ nói dối cho đỡ mất mặt, mười lăm. Nói vậy nhưng tôi cảm thấy xấu hổ khi nhớ lại những mối tình câm của mình, nhiều vô số kể nhưng chỉ toàn câm. Lúc nào trong đầu óc tôi đầy những khuôn mặt con gái, nhiều đến độ không còn chỗ cho những bài lượng giác, những công thức hóa học và những bài luận Việt văn.

Carlos phá lên cười.

- Playboy vietnamita!

Tôi cười theo. Đến lúc này thì cái tên Việt Nam Mít đã trở thành biệt hiệu của tôi để cả nhà hàng xóm tội, ngay cả thằng bé trai có lúc gọi tôi là tío Vietnamita.

Đèn đường từ xa bật sang đỏ, Carlos buông ga để chiếc xe lăn bánh từ từ đến ngã tư đường. Một hồi còi xe đầy bực dọc vang lên từ phía sau làm tôi giật mình. Carlos nhìn lên kính chiếu hậu đúng lúc đó một chiếc xe truck từ sau vọt lên bên phải. Một khuôn mặt trắng tóc vàng mắt xanh với cái nhìn hằn học gầm lên.

- Ê, *wet back!* Mày sao vậy? Đây là Mỹ, không phải đất Mễ mà sao mày chạy như rùa!

Xong cái xe truck bánh to cao lêu nghêu ấy rú lên, rẽ phải phóng thật nhanh xuống cuối đường.

Carlos mặt đỏ lên văng tục.

- *Pinche cabrón!*

Chửi xong được một câu, hắn dịu xuống dù mặt vẫn còn đỏ bừng rồi im lặng lái đi. Tôi biết hắn trong lòng còn hậm hực không còn hứng nói chuyện nên cũng ngồi im luôn. Về đến nhà đậu xe vào bãi đất bên hông xong, Carlos lưỡng lự như chưa muốn xuống xe. Hắn ngồi đó, mắt nhìn những bãi cỏ mọc lởm chởm trên mặt đất nhưng tôi biết hắn không thấy những ngọn cỏ mà chỉ thấy hình ảnh mặt thằng trắng với cái nhìn căm thù lẫn khinh bỉ trong cặp mắt xanh lè và câu chửi hạ nhục "greaser" còn văng vẳng bên tai.

- Còn tức thằng trắng lúc nãy? Tôi hỏi.

- Ừ, tôi muốn rượt theo đục nó ... nhưng nếu có chuyện gì rắc rối với pháp luật, tụi *inmigración* cho tôi lên xe bus về Mễ luôn. Gặp Oscar là thằng *gringo* đó đời tàn.

Có gì tấm tức lẫn nhịn nhục trong giọng nói của Carlos. Bước xuống xe tôi đang thắc mắc là tên Oscar có giấy tờ di trú hợp thức hay không mà dám sinh sự với tụi trắng thì Maria đã từ trong nhà đi ra đón chồng. Không muốn thấy cảnh Carlos được người vợ ngoại tình săn đón một cách giả dối, tôi đi vội về nhà mà tai còn nghe loáng thoáng tiếng hắn dặn.

- Nhớ sáng mai bảy giờ sang đây tôi chở đi, đừng trễ nhe!

. . .

Phải đến tuần sau thì xe tôi mới sửa xong. Suốt tuần đi chung xe với người bạn Mễ hàng xóm, tôi nghe hắn kể nốt về cuộc đời nghèo nàn của hắn cho đến lúc chui rào sang Mỹ, về những chuyến "vượt biên" tuy không nguy hiểm bằng những cuộc vượt biên vượt biển của người mình nhưng ly kỳ và gian nan không kém. Cái khác là một bên đi tìm tự do còn bên kia đi tìm kinh tế.

- Tôi biết trong *barrio* tôi có mấy thằng trốn đi Mỹ (Nghe hắn để đến đây tôi nghĩ lại xóm Bàn Cờ của tôi trước kia cũng vậy), trong số đó có Oscar. Thấy hắn đi tôi cũng muốn đi theo lắm nhưng tiền đâu mà đi, nhà quá nghèo. Vài tháng sau thì tôi nhận được thư hắn. Mấy lá thơ đầu nó gởi về từ Los Angeles. Nó than thở dữ lắm. Nó sống lang thang với mấy thằng cũng qua lậu như nó, một lũ cả chục thằng sống trong một cái garaga lúc nhúc như chuột. Ăn uống ngày này qua ngày nọ chỉ có *bean* và *tortilla*. Một thời gian thật lâu sau đó tôi không còn nhận được thư từ gì của nó, tôi nghĩ nó bị *inmigración* bắt rồi. Thiếu gì thằng chui sang được rốt cuộc cũng bị bắt trả về Mễ, mất tiền toi. Mấy tháng sau thì tôi nhận được thư nó gởi về từ San Francisco. Nó khoe đã không còn làm campesino dưới ruộng nữa vì tìm được việc trong *body shop*, bây giờ thì lên làm supervisor. Nó cũng đã hợp thức hóa vụ giấy tờ ở đây.

Tôi nhíu mày hỏi:

- Làm sao hợp thức hóa được?

Một hồi còi xe giục giã sau lưng. Tôi để ý xem phản ứng của Carlos. Hắn làu bàu *"Un otro cabrón"* (Thêm một thằng khốn kiếp), nhưng lần này hắn đổi sang *lane* bên cạnh để một chiếc xe truck cũng cao lêu nghêu không kém gì chiếc hôm nọ vượt lên. Một cái đầu tóc vàng giật giật lên xuống như người bị kinh phong theo tiếng nhạc rock inh ỏi vang ra từ trong xe nghe thật chói tai.

- *Jungle music!*

Tôi cười thầm định nói cho Carlos nhật xét của tôi về loại nhạc *ranchera* quê mùa Mễ mà vợ chồng hắn thường nghe nhưng nghĩ sao lại thôi. Đèn xanh bật lên. Carlos rú ga, chiếc xe truck của hắn ho khục khặc, giật giật vài cái rồi mới từ từ lăn bánh. Hắn lắc đầu.

- *Shit!* Xe tôi không biết đi được bao lâu nữa, tiền đâu mà mua xe khác.

Tôi trấn an hắn.

- Cậu đừng lo, thì đến phiên tôi chở cậu đi làm. Nhưng sao cậu không mua xe cũ nhưng còn tốt mà đi? Cậu có việc làm vững chắc thì mượn tiền ngân hàng rồi trả dần.

- Kẹt lắm! Tôi không có giấy tờ.

Câu trả lời không đượm một tí gì cay đắng như công nhận đây là một thực tế tự nhiên cho một cuộc sống không chính thức.

- Mua xe cũ cũng được. Tôi sẽ nhờ Oscar đi xem xe trước khi mua, nếu có gì trục trặc thì hắn sửa được. Tên này không những giỏi về body mà còn sửa xe rất nghề.

Tự nhiên tôi đâm bực mình, lên tiếng gắt.

- Sao lúc nào cậu cũng nhắc đến thằng Oscar, bộ nó là thánh trên trời xuống để lúc nào cũng lo cho gia đình cậu chắc (Tôi chút xíu buột miệng nói- Nhất là vợ cậu)? Chắc nó cũng lo cho cậu qua đây phải không?

Carlos quay sang nhìn tôi, một cái nhìn như một nụ cười.

- Yeah, man! Hắn giúp tôi tìm đường sang đây. Chính hắn đã giới thiệu tôi với Maria.

Tôi cướp lời.

- Maria là công dân Mỹ sinh đẻ ở đây sao cậu không hợp thức hóa quy chế di trú của mình theo đường vợ?

Hắn ngập ngừng, mắt đăm chiêu như nhìn vào một cái gì xa vời một lúc xong đáp.

- Chuyện dài giòng lắm, tôi không kể cho ông nghe được.

Tôi đoán có gì không ổn nhưng không muốn hỏi tới chuyện riêng của người khác. Chán không muốn nghe cái tên Oscar nữa, tôi ngồi im không còn muốn nghe tiếp câu chuyện cuộc đời của Carlos vì biết thế nào chín mươi chín phần trăm chuyện kể sẽ về tên bạn vàng của hắn mà mỗi lần nghe cái tên này là tôi thấy lại cái đêm hôm ấy dưới ánh trăng rằm và cảm thấy tội nghiệp cho một người chồng bị cắm sừng, một người bạn thân bị bạn phản.

~§~

4

Chủ căn nhà tôi muốn thuê gọi điện thoại cho biết họ đã chịu nhưng phải chờ hai tháng nữa để người đang ở đó dọn ra. Càng tốt, tôi không muốn dọn đến ngay vì số tiền thuê cao và lại vừa được tin từ bên nhà thông báo có trục trặc trong vấn đề đi Mỹ vì lý do sức khỏe của cha tôi. Đoán đây là một cái mánh của tụi làm tiền bên nhà, tôi bấm bụng gởi vài trăm đô về để gia đình "lo liệu".

Tối hôm ấy tôi đi học như thường lệ và đã gặp một ngạc nhiên lớn. Ngồi ngáp dài ngáp ngắn trong lớp marketing chán ngấy, tôi chờ đến giờ break cầm sách chuồn xuống cafeteria định mua một ly cà phê rồi vào một cái xó nào đó làm bài toán thống kê để nộp ngày hôm sau. Cầm ly cà phê tôi đi lại chỗ thường ngồi mỗi ngày. Đến nơi, tôi giật mình khi thấy Hương ngồi đó. Từ ngày bỏ nhau đến nay tôi không còn gặp nàng nữa. Ban đầu tôi ngại xuống cafeteria sợ chạm mặt rồi đâm ngượng nhưng dần dà đánh bạo mò xuống vì thèm cà-phê. Mãi rồi tôi để ý thấy hình như Hương cũng không còn xuống câu lạc bộ vì không thấy bóng dáng nàng và dường như cả trường nữa. Tôi còn đoán bạn gái cũ đã đi trường khác.

Đã đến gần không thể quay lưng bỏ đi chỗ khác được và lại cũng đoán Hương đến tìm mình, tôi kéo một cái ghế gần đó ngồi xuống. Tôi đâm mất tự nhiên lúng túng không biết nói gì, liếc sang thấy Hương ngồi im đó như chờ tôi lên tiếng trước. Hai bàn tay nàng đặt trên quyển sách đóng kín, mấy đầu ngón tay mân mê hai góc sách. Sau cùng tôi đánh bạo lên tiếng trước.

- Hương dạo này ra sao?

Hương vẫn cúi mặt xuống, mái tóc dài xõa xuống hai bên khuôn mặt làm tôi không đoán được phản ứng của nàng nhưng vạn sự khởi đầu nan đã qua, tôi biết chắc Hương đã hết giận tôi vụ Stacey.

- Lâu lắm mình không gặp, không biết Hương còn học đây không.

Hương chỉ lắc đầu.

- Anh xin lỗi về chuyện đã qua và mong là Hương đã tha lỗi cho anh.

Tôi nhìn Hương dò phản ứng. Không biết lời xin lỗi của tôi có len lỏi vào được tim nàng hay không nhưng Hương trông giống như một pho tượng, một pho tượng buồn như Hòn Vọng Phu. Tôi vội dại dột cho rằng sự vắng mặt của một phản ứng tiêu cực từ Hương báo hiệu một cái gì tốt đẹp sắp xảy đến. Một tha thứ và tái hợp? Tôi cố nở một nụ cười, chăm chú nhìn nàng, chờ một xác nhận.

Một đỗi sau Hương nói giọng run run.

- Em không còn giận anh nữa. Em muốn gặp anh hôm nay để cho anh biết em sẽ đi xa, đi tiểu bang khác vì gia đình sẽ dọn về đó. Mình sẽ không còn gặp nhau nữa.

Nghe Hương nói thế, tôi sững sờ đau đớn. Ảo ảnh hạnh phúc quá ngắn ngủi. Tôi cảm thấy toàn thân lạnh và nhẹ hẫng đi như mình đang bay bổng trên không trung thật cao đến độ không thở được vì dưỡng khí quá loãng. Tôi cố hít một hơi dài xong thẫn thờ hỏi níu kéo.

- Thật không? Nếu thế sao Hương không ở lại tự tìm việc làm sống tự lập.

Hương cười mếu xệu.

- Không được anh ơi. Cha mẹ em đâu chịu cho con gái ở lại một mình.

Biết nói nữa cũng bằng thừa, tôi ngồi như phỗng đá, chân tay thừa thãi. Nhìn hai bàn tay Hương trên mặt bàn, tôi muốn cầm lấy chúng vô cùng, hai bàn tay mềm mại ấy trước kia thường vuốt tóc tôi những lúc nàng bảo tôi phải để tóc dài cho có vẻ nghệ sĩ, hai bàn tay tôi đã nhiều lần nâng niu đưa lên môi hôn. Có gì kềm tôi lại. Bao tháng trời qua và mặc cảm tội lỗi đã xây lên một bức tường vô hình giữa tôi và nàng không vượt qua được.

Tôi thở dài. Hương thở dài theo rồi nói một hơi.

- Em nghĩ dù sao giữa chúng mình đã có gì nên em nghĩ phải tìm anh để chào trước khi đi. Em mong anh rồi sẽ quên đi chuyện xưa của mình, rồi anh sẽ gặp người khác và sẽ có gia đình với người đó.

Không, tôi đã không bao giờ quên Hương, tôi vẫn luôn yêu và nhớ nàng dù lắm lúc phải tự thú nhận với mình là hy vọng tái hợp rất mong manh. Đúng, tôi sẽ đau lòng chia tay Hương nhưng sẽ không bao giờ trách nàng. Tất cả chỉ là duyên kiếp, thành hay bại.

Chiều cuối thu mặt trời lặn sớm. Bên ngoài sân trường ánh sáng vàng vọt của những tia nắng yếu ớt cuối cùng lung linh sau những tầng cây. Gần đến giờ học, sinh viên lác đác đi trên những con đường nhỏ dẫn vào lớp. Vài cặp ôm sát nhau, những nụ hôn môi, những cái nhìn đắm đuối, hai mái đầu chụm vào nhau như để thủ thỉ những lời yêu đương. Tôi thấy thèm khát hạnh phúc của họ. Hạnh phúc trông thật giản dị nhưng sao cứ nằm ngoài tầm tay mình. Tôi không đòi hỏi gì nhiều, chỉ cần yêu và được yêu và sống trong tình yêu, thèm ôm ấp một thân hình mềm mại trong vòng tay mình, thèm ngụp lặn trong hương thơm toát ra từ một mái tóc dài bay trong gió.

- Thôi, em về đây, chào anh! Hương nhỏ nhẹ nói rồi đứng lên đi ra cửa cafeteria.

Tôi nhìn theo cố ghi lại hình ảnh Hương một lần cuối. Trong lòng tôi chỉ còn một hy vọng mong manh nàng sẽ viết thơ cho tôi.

. . .

Để mặc cho những giọt mưa quất lên mặt, tôi không cảm thấy cái lạnh. Cơn mưa phùn đầu mùa không buốt bằng lòng tôi tê tái lúc này. Ngồi bó gối trước cửa nhà nhìn ra bãi đất rộng, mắt tôi cố đọc thủng màn đêm để nhìn mấy cái cây cổ thụ giữa bãi đất. Tôi thấy gì cũng tăm tối âm u, không một tia sáng hy vọng. Rồi tôi cũng phải tìm cách quên Hương, quên đi chuyện tình cũ để lo cho trách nhiệm lớn sắp đến. Tình cảm dành cho người bạn gái bớt dần theo thời gian sau ngày đoạn tuyệt nhưng bùng lên trở lại sau lần gặp lại trong trường khi Hương đến nói lời tiễn biện đi xa. Vết thương lòng chưa lành giờ bị bật mở lại để máu ứa ra, đau đớn.

Căn nhà Carlos đèn tắt tối om. Đèn gắn trên bên ngoài trên khung cửa cũng được tắt đi. Chắc cả nhà đang chìm đắm trong giấc ngủ. Không biết khi nào tôi mới có được hạnh phúc như tên hàng xóm Mễ. Một đời sống thật đơn giản và hạnh phúc, mỗi ngày đi làm kiếm tiền nuôi gia đình, tối về quây quần với vợ con bên mâm cơm. Chồng kể cho vợ nghe chuyện trong sở, vợ nói cho chồng nghe về những tiếng nói bập bẹ, những bước đi chập chững đầu đời của con.

Có tiếng mở cửa kẽo kẹt rồi một bóng đen lách ra, hơi khựng lại khi thấy tôi rồi tiến lại. Tôi nhận ra Carlos.

- Ông làm gì ngồi đây, ngủ không được? Hắn hỏi.

Đang ngồi gậm nhấm nỗi buồn, tôi chỉ muốn được yên thân tránh nói chuyện, tôi không thèm lên tiếng, mắt vẫn nhìn vào bóng tối. Không cần tôi trả lời, Carlos tự động ngồi xuống bên cạnh. Hắn lắc đầu.

- *Mujeres.* Đàn bà, thật tình không hiểu được!

Bất đắc dĩ tôi phải lên tiếng.

- Đêm khuya không đi ngủ mà chửi đàn bà, trong nhà có chuyện?

Hắn vẫn lắc đầu.

- *Sí, hombre!* Maria đang giận tôi, đuổi tôi ra phòng khách, cũng chỉ vì mấy đêm nay tôi đi uống rượu với bạn bè về trễ. Cứ cằn nhằn nói dai. Lắm lúc tôi nổi nóng muốn bạt tai nó mấy cái. Mình đi uống với bạn chứ đi với gái sao mà nó gây chuyện. Bên Mễ ông già tôi tối nào mà chả đi chơi với bạn bè mà mẹ tôi có dám nói gì. Đàn bà bên Mỹ lối quá, xem chồng như nada.

Tên Carlos dám than phiền bị vợ giận vì đi uống rượu với bạn. Láo quá! Tôi thì chỉ mong có một người đàn bà giận mình vì thói hư tật xấu. Tôi sẽ năn nỉ nàng, sẽ xin tha thứ và sẽ hứa luôn vâng lời nàng. Những cái đó tôi thèm vô cùng trong khi đó thì hắn xem đó là một xâm phạm đến tự do cá nhân. Tôi không muốn lên tiếng phê phán, tay bật quẹt châm một điếu thuốc. Làn khói xám loãng dần trong cơn gió lạnh.

Carlos phân bua tiếp.

- Ông nghĩ xem, tôi có đi chơi với ai xa lạ đâu, tôi đi với thằng Oscar mà.

Muốn được ngồi một mình, tôi bảo hắn nên vào nhà năn nỉ xin lỗi một lần nữa thì Maria sẽ hết giận. Thêm vài cái lắc đầu, hắn nhếch mép cười.

- Tôi nghĩ Maria hết còn yêu tôi. Nàng dạo này có vẻ lạnh nhạt, khó chịu, hay gây chuyện. Tôi không biết tại sao nàng đổi tính.

Không nói ra nhưng tôi đã suy nghiệm lý do Maria lạnh nhạt với chồng. Đây có phải là lúc nói cho Carlos biết? Tôi đắn đo rồi quyết định không xen vào chuyện người khác nhưng cảm thấy lương tâm phần nào bị cắn rứt. Tôi đưa ra một đề nghị hai vợ chồng đi counseling để vấn ý nhưng Carlos cười khẩy trước ý nghĩ rất Mỹ đó, mình biết chuyện mình rõ hơn người ngoài mà không giải quyết được thì người khác làm được gì. Đoạn hắn nói một câu làm tôi phải để ý.

- Dạo này Oscar có một con bồ Mỹ, con nhỏ không cho nó đi đâu hết nên tôi đến nhà nó chơi. Tôi nghĩ trước kia nó đến thăm tôi thường thì bây giờ mình thăm lại hắn. Dù sao nó cũng là bạn và giúp tụi tôi rất nhiều.

À thì ra thế! Tôi ngờ đâu Oscar đã đá Maria. May mà tôi đã không tiết lộ cho Carlos biết chuyện tình của hai người đó. Câu nói của hắn làm tôi nhớ lại, đúng dạo này tôi không thấy tên Mễ đáng ghét đó lảng vảng nhà hàng xóm tôi, hay đúng ra là vợ hàng xóm tôi, từ ngày tôi đem xe lại *body shop* để gõ về. Vậy là Oscar đã có bạn gái và không còn tới lui với Maria nữa? Có lẽ lòng ghen tuông là nguyên nhân cho những rắc rối. Nàng ta bị người tình phụ bạc nên đâm giận, không còn muốn liên quan đến người đó và bắt chồng cắt đứt liên hệ.

- Cậu nói tôi mới để ý, tôi không thấy bạn cậu đến đây nữa. Con bồ nó đẹp không? Cậu gặp chưa? Mà sao nó độc tài thế!

- Tôi gặp nó vài lần. Con nhỏ Mỹ trắng, tóc vàng trông cũng được, có da có thịt. Tôi không hiểu được, hồi đó vợ tôi rất quý Oscar, hai người đối xử với nhau như anh em, sao bây giờ ... Mà cũng lạ, đây đâu phải là lần tôi đi nhậu với Oscar, trước kia Maria không bao giờ phàn nàn về chuyện này.

Tôi nín thinh dù hai môi mấp máy.

Cái lạnh đã thấm vào đến xương, tôi đứng lên bảo Carlos đã quá khuya, tôi phải đi ngủ để sáng mai còn đi làm. Hắn có vẻ thất vọng, chắc hắn cần người để trút tâm sự. Thế ai nghe tâm sự của tôi?

Sáng hôm sau tôi và Carlos từ trong nhà đi ra cùng một lúc. Tôi lên tiếng chào, hắn chỉ đưa tay lên vẫy lại không nói một tiếng rồi lên xe phóng ào ra đường. Sực nhớ tối nay sẽ đến thẳng trường từ sở làm, tôi vẫn để máy xe chạy rồi đi trở vào nhà để lấy sách học. Quơ mấy quyển sách trên chiếc bàn con đầu giường, tôi theo thói quen nhìn qua cửa sổ ra khu đất phía sau hai nhà là nơi để chứa mấy thứ lỉnh kỉnh và lò nướng *barbecue*. Maria trong bộ đồ ngủ đã ngồi trên deck gỗ sau nhà tự lúc nào. Tôi lấy làm lạ vì thường nàng ta vẫn chưa thức dậy khi chồng rời nhà đi làm. Tay chống dưới cằm, cô nàng trông có vẻ đăm chiêu về một chuyện gì đó hay đang chờ ai. Nhìn đồng hồ thấy đã trễ, tôi ra xe đi.

Trưa đến, tôi dẹp *ledgers* sang một bên đi ăn trưa sau bốn giờ đồng hồ vật lộn với mấy cột số dài lòng thòng. Ra ngoài đường tôi ngạc nhiên khi thấy Carlos đã ngồi trong chiếc xe truck Chevy đậu trước cửa sở. Thấy tôi hắn ngoắc tay kêu lại.

- Rảnh lên xe đi ăn trưa với tôi? Hắn hỏi.

Tôi lấy làm lạ vì có bao giờ hắn lại sở rủ đi ăn trưa nhưng lặng thinh leo lên xe. Hắn đưa tôi lại một taqueria gần đó.

Thức ăn dọn ra. Tôi ăn, không nói gì, chờ hắn lên tiếng trước. Tu một hơi bia thật dài xong hắn dằn cái chai xuống mặt bàn đưa tay lên quẹt ngang mép. Tôi thấy lại khuôn mặt người bạn hàng xóm ngày mới dọn đến ngồi uống bia trước nhà. Cũng khuôn mặt ấy nhưng hai bộ mặt trái ngược, một vui vẻ yêu đời vô tư lự, một buồn bực với dằn vặt.

Carlos cầm cái taco lên cắn một miếng. Thấy tôi vẫn chưa ăn, còn nhìn chờ câu hỏi, hắn đặt taco xuống hỏi tôi một câu thật bất ngờ.

- Ông có nghĩ là Maria có *novio*[2] không?

Tôi giật bắn người chưa kịp trả lời thì hắn hỏi tiếp.

- Mình ở cạnh nhau, có bao giờ ông thấy ai đến nhà tôi lúc tôi không có nhà?

Tôi lắc đầu.

- Tôi không bao giờ thấy người nào đến nhà cậu khi cậu vắng mặt.

- Ông nói thật đấy?

Tôi lập lại câu trả lời có ngụ ý.

- Tôi không bao giờ thấy người nào lạ mặt đến khi cậu vắng nhà.

Tôi nhấn mạnh chữ lạ mặt và chủ quan cho là ý úp mở của tôi quá rõ như ban ngày thì dù là bộ óc của tên bạn Mễ mà tôi lúc nào cũng cho là quá tầm thường, quá giản dị, không có khả năng đối phó được những gì phức tạp phải đoán ra được. Nói thế chứ tôi không ngờ bộ óc của hắn vì quá giản dị không có khả năng suy diễn phức tạp mà chỉ có thể đi lòng vòng trong một phạm vi suy nghĩ chật hẹp lại đi đến một nhận xét lô-gic và nguy hiểm như cái câu hỏi tới bất thần làm tôi giật bắn người.

- Không phải người lạ? Có bao giờ ông ... theo vợ tôi?

---

2   người yêu

Phản ứng của tôi trước câu chất vấn đó làm tôi tự giận mình suốt mấy ngày sau đó. Tôi ấp úng lắp bắp cãi một cách yếu ớt.

- Cậu điên rồi sao mà nói thế! Tôi không bao giờ theo vợ của bạn.

Nhìn nét mặt đầy bối rối của tôi lúc đó, không ai nghĩ là tôi vô tội. Có ai biết đâu cái bối rối của tôi phát xuất từ ám ảnh che dấu việc làm tội lỗi của Maria mà ra. Thật là oan Thị Kính! Cái nhìn soi mói của Carlos làm tôi hoảng lên, tên này mà nổi nóng thì khó sống với hắn. Hai cánh tay hắn bắp thịt nổi lên cuồn cuộn trong khi tôi thì gầy ốm như chiếc đũa. Tôi cố ra mặt điềm tĩnh trong khi đó trong đầu óc cố nghĩ ra cách thuyết phục hắn đã nghi oan cho mình. Nghĩ cho kỹ, nghi vấn của Carlos có căn bản đàng hoàng sau vụ tôi chơi *strip poker* với Stacey cũng như đã khoe khoang, dù láo, là mình khi xưa còn ở Việt Nam có nhiều bạn gái. Hắn chắc cho tôi là một loại Don Juan Việt.

- Làm sao cậu có thể có ý nghĩ đó, cậu xem tôi là loại người như thế nào?

Đến lượt Carlos ra mặt bối rối. Hắn xin lỗi tôi.

- *Lo siento mucho, hombre.* Xin lỗi nha. Tôi điên rồi nên nghĩ bậy. Mấy ngày nay tôi không làm việc được. Tôi cứ nghĩ là Maria muốn tống tôi đi để rước một tên cabrón nào về. Tôi phải gặp ông để hỏi cho rõ. Tôi mà bắt được thằng cabrón đó thì nó chết nhưng bây giờ ông nói không thấy ai đến thì tôi tin vợ tôi không ngoại tình nhưng tôi vẫn không hiểu được thái độ của nàng ta mấy tuần này.

Hú hồn, quả thật chút xíu nữa là gậy ông đập lưng ông. Tôi kết luận thầm nếu tên Oscar và Maria thật sự không còn gì nữa, mọi việc sẽ êm thắm đâu vào đó, miễn sao Carlos không biết gì về việc làm xấu xa của vợ trong quá khứ thì hạnh phúc sẽ trở lại với họ. Vậy cũng tốt.

Trên đường chở tôi về sở, Carlos vẫn còn trầm ngâm nhưng mặt không còn găng nữa. Tôi mừng cho hắn. Như vậy là xong, vợ không còn tằng tịu với bạn chồng, chồng chăm sóc cho vợ con hơn. Cả nhà vui vẻ và cả tôi cũng vui vẻ lây vì thoát được dằn vặt có nên kể cho hắn nghe về vụ Maria ngoại tình.

Hơn một tuần sau tôi có linh cảm điều gì không ổn khi thấy lại chiếc xe Impala một lần nữa đậu trước nhà Carlos một buổi tối thứ bảy tuần lễ trước Thanksgiving. Tôi đi lại gõ cửa nhà hắn. Đã có chủ ý sẵn nên khi Carlos mở cửa, tôi nói trước.

- Sáng mai ông rảnh không, nhờ coi xe tôi giùm, nó chạy khục khặc như muốn chết máy.

Vừa nói tôi vừa đảo mắt nhìn vào trong nhà. Oscar đang ngồi bệ vệ trên ghế bành cũ kỹ bọc da trước lò sưởi, trên tay cầm một lon bia. Ngồi cạnh hắn là Maria tay cũng đang cầm bia uống. Thằng bé con thì đang ngồi trên đùi Oscar nhịp lên xuống, tay cầm một chiếc xe hơi nhựa miệng bi bô. Ngọn lửa cháy bập bùng trong lò sưởi tạo ra một bầu không khí thật ấm cúng trong căn phòng nhỏ. Ai thoạt nhìn vào đều thấy hình ảnh một gia đình hạnh phúc, nếu không thừa thãi người.

Tôi nhìn quanh không thấy ai khác ngoài bộ ba quen thuộc đó. Không có con Mỹ tóc vàng như Carlos nói với tôi hôm nọ. Thấy Oscar và Maria chụm đầu nói chuyện không để ý gì đến mình, tôi mặc kệ họ đi vào bếp với Carlos.

Trong khi hắn mở tủ lạnh lấy bia, tôi khều hắn hỏi nhỏ.

- Con novia trắng của thằng bạn cậu đâu?

- Bỏ rồi!

Đưa lon bia cho tôi xong, hắn vừa dạm bước ra ngoài thì tôi nắm tay hắn giữ lại để hỏi.

- Con đó bỏ Oscar lâu chưa?

Đứng quay lưng ra ngoài nên Carlos không thấy ngoài phòng khách Maria vừa mới đưa tay lên vuốt má Oscar. Tiếng nói chuyện rù rì xen lẫn với tiếng cười khúc khích từ ngoài đưa vào làm tôi ngượng cho Carlos. Dù chậm trí, hắn đến lúc này phải biết có gì không ổn chứ, chả lẽ sống mãi trong bóng tối mù u.

- Lúc trước nó lại shop vài lần rủ Oscar đi ăn trưa nhưng hết rồi. Tụi nó cãi nhau chuyện gì mấy hôm trước ngay trước cửa shop, Oscar nói tôi không cần em nữa. Con nhỏ kia giận quá bỏ đi. Tôi hỏi nó tại sao, nó chỉ nói không thích đàn bà con gái Mỹ bằng đàn bà Mễ. Từ ngày nó bỏ con Mỹ, tôi thấy nó vui hơn khi còn đi với con nhỏ đó. Nếu không thích nhau thì cặp làm gì để rồi cãi lộn rồi bỏ nhau. Thật khó hiểu!

Tôi thì thấy chả có gì là khó hiểu. Carlos nói Oscar vui hơn từ ngày bỏ con bồ Mỹ, tôi không chắc nó vui hơn Maria hay nàng ta vui hơn.

- Mình ra nói chuyện với họ chứ? Tôi gạ.

Thấy tôi và Carlos đi ra, hai người kia ngừng nói chuyện. Thằng bé vẫn còn nằm trong lòng Oscar nhưng đã ngủ nghẹo đầu sang một bên trong khi hắn âu yếm vuốt tóc nó. Chiếc xe hơi nhựa nằm lăn lóc dưới đất. Maria bế đứa bé lên đem vào phòng ngủ.

Oscar giơ lon bia lên chào tôi:

- Ê, *Vietnamita, long time no see!*

Tôi không còn bực mình khi Carlos thỉnh thoảng gọi mình là việt nam mít nhưng thằng Oscar thì tôi không chịu nhưng vì lịch sự nên chỉ cười nhạt. Tôi muốn đá nó một câu hỏi về con Mỹ mập nhưng thôi. Hai tên Mễ xì xồ gì tôi không hiểu rõ, chỉ nghe lõm bõm vài chữ *tu esposa* vợ mày, *la puta gringa* con điếm Mỹ ... Tôi những tưởng Carlos đã phần nào đoán ra sự việc và sẽ có thái độ với bạn hắn nhưng khi thấy hai đứa nói chuyện nổ như bắp rang, tu bia ừng ực, vỗ vai nhau thì tôi biết mình đã lầm. Tôi chợt có ý định giả vờ say rượu rồi lăn quay ra như lần trước để rình xem Maria và người tình có giở trò gì không. Tôi đang còn ngần ngừ về âm mưu đó thì thấy Maria trở ra bên ngoài sau đưa thằng con vào giường ngủ. Nàng ta đặt cái bàn tọa to gần bằng cái mâm xuống một cái ghế gỗ nhỏ ẻo uột cạnh chồng. Cái ghế kêu kẽo kẹt làm tôi nghĩ nó sắp gãy đổ đến nơi. Hương của tôi, không, Hương của tôi ngày xưa, người nhỏ bé eo thon đâu có ô dề như thế.

Quên bằng lý cớ xe hư lúc nãy đưa ra, tôi ú ớ khi Oscar hỏi.

- Ông nói xe ông hư, hư gì vậy?

Tôi ấp úng đáp.

- Xe chạy có khi giựt giựt khựng lại làm như bị nghẹt xăng.

Hắn gật gù ra chiều hiểu biết.

- Không phải nghẹt xăng đâu, ông cần thay cái lọc gió đó.

Tôi thì ù ù cạc cạc về xe, chả biết cái lọc gió là cái gì và nằm ở đâu, gật đầu cho xong chuyện. Ngồi một lúc thấy đã buồn ngủ và bộ ba đó có vẻ như đã quên mình, tôi đứng lên cáo từ.

Carlos đưa tôi ra cửa, hắn thật thà nói.

- Để tôi ra tiệm phụ tùng xe trưa mai lúc nghỉ lunch, mua cho ông cái lọc gió về lắp giùm, dễ lắm, hai phút thôi. Ông trả tiền sau! Tôi sẽ mua đằng tiệm Kragen chỗ con novia thằng Oscar làm.

Tôi thắc mắc.

- Cậu gặp nó làm gì?

Carlos nói nhỏ vào tai tôi.

- Oscar nó muốn tôi lại năn nỉ con nhỏ đó giùm nó, nó muốn trở lại với con Mỹ.

Tối hôm đó trước khi chợp mắt, tôi nghĩ mãi về thái độ bắt cá hai tay của Oscar.

. . .

Xe lết về gần đến nhà thì lên cơn giựt mạnh hơn. Tôi thầm khấn Trời Phật tên Carlos nhớ mua giùm cái lọc gió như nó hứa đêm qua. Điệu này không sửa sớm thì xe nằm ụ, vừa tốn tiền vừa phải nghỉ việc. Mấy tuần nay tôi đã nghỉ làm mất mấy ngày để chạy bổ túc hồ sơ nhập cảnh cho gia đình. Tên boss già khó chịu ra mặt.

Vào đến bãi đất trước nhà tôi hơi thất vọng khi không thấy Carlos và chiếc xe truck của hắn. Có lẽ hắn phải làm thêm giờ phụ trội nên chưa về, tôi nghĩ thế để tự trấn an.

Ăn xong khúc bánh mì kẹp thịt nguội, tôi cầm tách cà phê ra ngồi bên cửa sổ ngóng tên hàng xóm với phụ tùng xe như hắn đã hứa. Trời đầu mùa đông tối thật nhanh. Từ trong nhà nhìn ra, bãi đất trống tối um, mấy cây cổ thụ trông như những bóng ma khổng lồ cao lêu nghêu. Ánh sáng vàng vọt hắt ra từ bóng đèn bên ngoài cửa nhà tôi và nhà Carlos chỉ đủ soi sáng vùng không gian ngay trước nhà, không quá được vài thước.

Cơn mưa phùn bắt đầu đổ xuống. Những giọt nước li ti đáp xuống cửa kính dần dà biến thành những giòng nước gầy rỉ dài trên mặt kính xuống thành cửa sổ. Khoảng thời gian đầu mùa đông là lúc tôi thích nhất. Tôi thích màn đêm âm u, ngọn gió hanh thổi về, cơn mưa lạnh. Cái lạnh làm cà phê và thuốc lá thơm hơn ngon hơn và những bài hát nghe buồn hơn. Tôi đâm nhớ Hương ra riết. Nàng hẳn đã theo gia đình đi nơi khác. Mấy tuần nay tôi chờ thư nhưng Hương vẫn chưa viết cho tôi. Chắc Hương đã quyết định không còn muốn liên lạc gì, còn gì nữa đâu mà thư với từ. Thôi đành kết thúc một chuyện tình. Những kỷ niệm xưa rồi cũng phai mờ đi như cảnh vật ngoài kia dưới cơn mưa đang từ từ nặng hột.

Tiếng động cơ xe từ ngoài đường đi vào lớn dần kèm theo tiếng bánh xe cán lên trên sỏi đá kêu lạo sạo. Tôi dùng màn cửa lau vội kính cửa sổ bị đọng hơi nước. Qua mấy vết lau lem luốc, tôi thấy chiếc xe truck quen thuộc từ từ lăn bánh vào chỗ đậu quen thuộc. Tôi vội khoác áo lạnh đi ra ngoài. Carlos vẫn còn ngồi trong xe. Tôi tiến lại gần. Hắn dường như không thấy tôi hoặc biết nhưng không thèm để ý.

Cơn mưa chợt ngưng, thật đỡ, tôi bắt đầu thấy cái lạnh thấm vào người thật nhanh.

- Cậu đã mua cái air filter chưa? Tôi lên tiếng.

Carlos quay sang nhìn tôi, không nói gì, mở cửa xe bước xuống. Tôi mừng thầm khi thấy hắn cầm trên tay một cái hộp giấy vuông màu đỏ và đen.

Xe chạy tốt được hơn một tuần thì bắt đầu lên chứng lại, xe vẫn còn chạy nhưng cơn ho suyễn trở lại. Cái lọc gió đã thay rồi thì bây giờ đến phiên bộ phần nào hư? Tôi định một lần nữa nhờ Carlos xem giùm nhưng cả tuần nay hắn vẫn còn cái thái độ buồn bã khó hiểu đó. Hắn đâu có mất việc như tôi tưởng vì mỗi ngày vẫn lên xe truck đi làm. Chắc lại chuyện vợ chồng nhưng tuyệt nhiên không bao giờ có tiếng cãi vã gì trong nhà. Tôi vẫn tưởng người Mễ nóng tính, dễ nổi nóng lớn tiếng. Bộ mặt u ám của hắn làm tôi đi đến kết luận mình phải đem xe đi sửa thay vì nhờ hắn. Tôi chợt nghĩ đến thằng Oscar. Nếu nó đến thì hỏi nhưng dạo này không thấy mặt mũi tên Mễ này, ngay cả cuối tuần vừa rồi. Chắc chàng ta đã làm lành với con Mỹ mập tóc vàng nên không còn thèm vợ bạn nữa. Hắn thế vì vắng bóng hắn, chắc Maria lại lên cơn như trước kia nên trong nhà "tacos không lành tamales không ngọt."

. . .

Tôi đút chìa khóa xe vào ổ, trong đầu cầu Trời cầu Phật, tay vặn chìa. Chỉ mấy tiếng ho khúng khắng quen thuộc. Thêm một lần nữa, cũng chỉ thế. Lần này thì thật sự hỏng chuyện. Carlos đã đi làm từ sớm, không đi ké xe hắn được. Cố đề vài lần nữa nhưng máy vẫn không nổ. Tôi bỏ cuộc, sợ đề mãi sẽ làm hết bình điện. Trở vào nhà, tôi điện thoại vô sở nói sẽ đến trễ vì xe hư. Con thư ký nói đừng lo, boss hôm nay không vào. Tôi kêu hãng câu xe rồi ngồi chờ.

Gần một tiếng sau xe câu mới đến, câu xe tôi lại một tiệm sửa cách nhà vài con đường. Người sửa xe xem máy một lúc xong bảo phải chùi carburator vì xăng nghẹt và tôi phải để xe đến chiều mới xong. Nghe thế tôi rủa thầm thằng Oscar đã trị bệnh láo, tôi cũng tự rủa mình là ngu đã tin hắn dù hắn trị bệnh mà không cần chạy xe thử trước. Đưa người sửa xe số điện thoại nhà xong, tôi lững thững cuốc bộ về.

Không có gì làm, tôi mở nhạc lên nghe. Điệu nhạc buồn len lỏi vào trong đầu làm tôi để trí đi hoang, mắt lãng du trên bãi đất trống ngoài kia. Mùa đông nên trời chưa sáng hẳn dù đã hơn tám giờ sáng. Cơn mưa tối hôm qua để lại mấy vũng nước xung quanh nhà. Sau tuần lễ Thanksgiving chủ cho người lại chặt bớt đi mấy cái cành trên mấy cái cây cổ thụ ngoài bãi đất trống. Chúng bây giờ trông giống như mấy người tù trại tập trung Việt cộng trong mấy tấm hình trên báo, thân hình gầy ốm khẳng khiu, chân tay chỉ còn da bọc xương trông đến thảm hại. Giờ đã mất Hương hẳn không còn hy vọng gì gặp lại, tôi thấy trò đếm lá của mình năm trước thật lố bịch và buồn cười. Không còn đếm lá nữa, tôi bắt đầu đếm những ngày còn lại trong căn studio này. Tôi ở đây đã được hơn một năm, chẳng còn bao lâu nữa thì sẽ dọn qua căn nhà kia. Chỉ hơn một năm mà sao tôi có nhiều kỷ niệm với chỗ này, buồn có vui có, khi đi sẽ nhớ lắm. Chắc tôi sẽ nhớ gia đình Carlos hơn Hương dù nàng là nguyên nhân cho tôi dọn ra riêng và thuê căn nhà này.

Nghe nhạc một lúc chán, tôi lôi bài vở ra làm. Làm bài xong thấy mới hơn hai giờ chiều, tôi lợi dụng rảnh rang dọn dẹp lại nhà cửa bên trong xong ra ngoài xếp lại mấy thứ lỉnh kỉnh cho gọn ghẽ xem cái nào không dùng thì để sang một bên mai mốt có dịp đem đi quăng đâu đó. Trời tuy lạnh nhưng làm việc một lúc thì bắt đầu đổ mồ hôi. Đang loay hoay qua lại, tôi nghe tiếng xe quen thuộc đi vào sân. Đứng núp sau bức tường, tôi thấy chiếc Impala từ từ lăn bánh vào đến trong rồi đậu bên hông nhà Carlos.

"Lâu lắm mới thấy mò đến ăn vụng," tôi rủa thầm.

Tôi đoán tên Oscar không biết tôi ở nhà vì xe mình còn nằm ngoài tiệm sửa. Để rình xem hắn giở trò gì. Vẫn núp sau bức tường, tôi quan sát tên này. Hắn tự nhiên đi lại gõ cửa nhà Maria, điệu bộ không có gì là lén lút. Chắc chắn hắn biết bạn mình còn kẹt trong sở làm ít ra đến hơn năm giờ chiều mới về, ba giờ đồng hồ quá đủ cho cuộc mây mưa. Đầu Maria thò ra, mặt trang điểm phấn son như sắp đi chơi. Nàng ta miệng cười thật tươi, hôn nhanh lên môi Oscar rồi kéo hắn vào trong. Tôi đi nhẹ lại sát tường nhà hàng xóm thụp người dưới cái cửa sổ phòng ngủ, ngóng tai lên. Tiếng người thì thầm nói chuyện. Tôi nghe tiếng Maria cười rúc rích đĩ thõa. Vài phút sau tiếng con đàn bà rên rỉ trong khoái lạc xen lẫn trong tiếng thở dồn dập của tên đàn ông. Khom lưng đi rà sát tường, tôi đến cửa sổ phòng khách thấy màn hé tôi bèn nhìn vào. Thằng bé con đang ngồi bệt dưới đất giữa mớ đồ chơi, mắt theo dõi phim về trên máy truyền hình. Tôi trở lại cửa sổ phòng ngủ nhìn vào. Tên Oscar nửa thân trên còn mặc T-shirt, thân dưới trần truồng đang quì gối sau lưng Maria trên người không một mảnh vải đang lum khum ở trong thế chó, cặp vú da ngăm ngăm nâu dài thõng thượt đu đưa theo nhịp tấn của tên đàn ông. Khi tên Mễ xong, cả hai đứa nằm vật xuống thở dốc. Tôi bỏ về.

Vừa vào bên trong đúng lúc điện thoại reo vang. Tiệm sửa xe kêu lại nói xe đã sửa xong. Tôi chụp cái jacket rồi đi ra đường. Đi ngang qua chiếc Impala, tôi muốn quỳ xuống xì cho xẹp hai bánh sau cho bõ ghét.

Lấy xe xong lái về đến nhà, tôi thấy chiếc Impala vẫn còn đó. Nhìn đồng hồ tay, mới ba giờ rưỡi. Đôi tình nhân còn ít nhất một tiếng nữa. Tôi vào nhà bật nhạc lên, pha một tách cà phê ra ngồi chỗ cố hữu bên cửa sổ để đầu dựa lên tường mắt lơ đãng nhìn ra ngoài. Nghe đến bài thứ ba tôi chợp mắt ngủ đi lúc nào không biết, đầu dựa lên tường. Trạng thái nửa tỉnh nửa mê với hồn du theo tiếng nhạc đi vào giấc ngủ thật là tuyệt diệu.

~§~

Cuối

Chắc tôi ngủ không say lắm nên những tiếng la hét từ bên ngoài đi xuyên qua cửa sổ như một bàn tay ai lay vai tôi đánh thức. Những tiếng la hét to hơn xen lẫn với tiếng con nít khóc ré lên như lay tôi mạnh hơn, đưa tôi ra hẳn giấc mơ trở về thực tại. Tiếng hét thất thanh "No, no, Carlos!" của Maria nghe sao đến rợn người. Tự nhiên linh tính báo cho tôi biết có chuyện chẳng lành đang xảy ra trong nhà hàng xóm. Tôi tung cửa chạy ra ngoài đúng lúc cánh cửa nhà bên ấy bật tung. Maria từ trong chạy ra, trên người chỉ một tấm trải giường quấn xung quanh, trên tay bế thằng bé đang khóc ngất. Đã từng xem nhiều phim kinh dị nhưng phải thấy khuôn mặt Maria lúc ấy mới biết thế nào là hãi hùng. Mặt nàng ta trắng bệch như người chết trôi, đôi mắt trợn lên, cặp môi run lẩy bẩy. Thấy tôi đó nhưng Maria chân như muốn quỵ xuống, tay chỉ vào trong nhà nói lắp bắp không ra tiếng. Phần nào đoán ra được sự việc, tôi cũng run lên theo, người tự nhiên thấy yếu đi.

- Chuyện gì vậy? Tôi bật ra được vài chữ.

- Carlos, Carlos! Hắn cầm dao.

Nghe chữ "dao", tôi chùn chân nhưng cố lấy can đảm chạy vào trong nhà người bạn hàng xóm. Vừa đặt chân vào trong tôi khựng lại ngay. Cả một cảnh tượng kinh hoàng suốt đời tôi chưa bao giờ chứng kiến phơi bày trong phòng khách. Tên Oscar trần truồng nằm ngửa trong vũng máu, cặp mắt hắn gần trắng dã vì hai con ngươi đã đi lên trên nằm gần khuất sau mí mắt. Con dao găm đâm lút cán vào ngực, chuôi thẳng tắp chĩa lên trần nhà. Cả phía trước người nạn nhân từ ngực cho xuống đến bụng nhuộm máu đỏ xẫm, máu vẫn còn ứa ra từ chỗ lưỡi dao, rỉ xuống đến mặt đất. Tôi bàng hoàng nhìn Carlos đang đứng chết trân trước cửa phòng ngủ hai tay đẫm máu buông thõng hai bên hông, mắt trợn trừng nhìn xác người chết. Hai bàn tay hắn be bét máu. Hắn đưa mắt nhìn lại tôi. Vài tia căm hờn bắn ra từ khóe mắt. Cái nhìn đi trở lại thân hình be bét máu của tên bạn trên sàn nhà.

- Cậu giết Oscar? Tại sao?

Tôi lắp bắp hỏi, không biết hắn có hiểu gì không.

Trong tiếng thở hổn hển, câu trả lời của hắn tiếng được tiếng mất.

- *El cabrón ... chingó a mi esposa* (Thằng khốn kiếp đụ vợ tôi).

Hắn ngửng lên nhìn tôi. Những gân máu đỏ trong hai con mắt hắn đã biến đi cùng với cơn thịnh nộ, để lại sau một cái nhìn đầy lo âu và buồn bã. Hắn nói như phân bua, tiếng còn tiếng mất.

- Nó là bạn tôi mà ... tôi còn xem nó như anh mà nó dụ dỗ Maria ngủ với nó mấy năm nay. *La puta rubia* con đĩ tóc vàng kể hết cho tôi. Thật khốn nạn! Nó còn nói nó là cha của thằng nhỏ. Nó nằm trên mình vợ tôi trong khi tôi nuôi con nó. *Pinche cabrón!*

Hai môi Carlos mấp máy điều gì nghe không rõ. Hắn quay lưng đi vào phòng ngủ ngồi xuống mép giường hai tay bưng lấy mặt. Những vết máu quệt lên má hắn, trán hắn. Tôi thấy hai vai hắn hơi rung lên. Tôi run run nhắc điện thoại lên quay số 911. Giọng tôi run nhiều nên khó nghe, tôi phải lập đi lập lại cái địa chỉ cả chục lần *operator* mới hiểu.

Gác máy lên, tôi đi lại gần Carlos. Hắn ngửng đầu lên nhìn tôi, những giọt nước mắt vẫn không làm nhạt đi những vệt máu trên mặt hắn.

- Tại sao Maria phải ngủ với Oscar? Maria chỉ lấy Oscar vờ thôi để cho nó xin *mica* (thẻ xanh). Tôi mới là chồng của Maria. Por qué?

Gục mặt lại vào trong tay, Carlos rên rỉ.

- *Papá, mamá!*

Chợt hắn ngẩng mặt lên nhìn tôi, van lơn.

- Phong, hãy giúp tôi!

Tôi không biết phải nói gì vào lúc này. Ánh mắt cầu khẩn của Carlos như có mãnh lực đẩy tôi lùi dần trong một con ngõ cụt với một bức tường thật cao sau lưng. Thậy may khi lưng tôi gần đụng bức tường cao đó thì có tiếng còi hụ từ ngoài đường vọng vào rồi hai chiếc xe cảnh sát đèn xanh đỏ chớp chớp phóng như bay vào bãi đất thắng gấp ngay trước cửa nhà. Từ phòng khách nhìn ra cửa sổ tôi thấy hai người cảnh sát nhảy xuống xe súng lăm lăm trong tay. Maria chạy lại năm lấy tay một người nói một hơi rồi gục mặt vào ngực người này. Ông ta đỡ Maria lên, dìu vào trong xe cho ngồi xuống. Thấy tôi đi ra tay không, những người cảnh sát kia đút súng vào bao bên hông. Tôi lắp bắp nói họ Carlos còn ở trong nhà và họ nên kêu xe cứu thương ngay. Hai người đi vào, vài phút sau tôi thấy họ xốc nách Carlos từ trong ra, hai tay bị còng ngoặt sau lưng.

Một người cảnh sát lớn tuổi tóc đã bạc đi lại hỏi tôi. Tôi muốn kể hết nhưng còn vì còn xúc động nên nói chả ra gì. Ông ta bảo tôi đừng nói nữa, lên xe ngồi chung với Maria để được đưa về ty lấy lời khai. Đúng lúc đó có tiếng còi xe cấp cứu ré tai ngoài đường cái rồi một chiếc xe van sơn trắng cũng đèn đỏ đèn xanh chớp chớp phóng vào. Hai người y tá cấp cứu trong bộ đồng phục ka-ki xanh tay xách túi cứu thương chạy vào trong nhà. Họ trở ra, lắc đầu với mấy người cảnh sát xong đem băng ca vào trong.

Tôi bàng hoàng nhìn chiếc băng ca chở xác Oscar nằm gọn trong túi plastic đen đủi đóng kín mít được lăn ra ngoài. Đã từng đi đám ma vài người thân trước kia, già lẫn trẻ, tôi vẫn chưa làm quen được với ý tưởng mới gặp hôm nọ nay đã chết. Lần cuối nói chuyện với hắn chỉ mới hơn một tuần, nghe hắn nói tôi phải thay cái lọc gió xe. Lần cuối thấy hắn chỉ mới vài giờ đồng hồ trước ngụp lặn trong lạc thú xác thịt tội lỗi. Thế mà giờ đây hắn nằm yên đó, không còn nói, không còn nghe, không còn làm tình với Maria, không còn lừa dối phản bạn. Tiếng khóc rấm rứt của Maria bên cạnh tôi to hơn khi chiếc băng ca được đẩy ngang qua xe cảnh sát tôi và nàng ta đang ngồi ở trên.

Khi đoàn xe cảnh sát quay mũi đi ra đường, tôi mới để ý thấy hàng xóm bu đông xung quanh. Trong khu này chỉ có vài căn nhà mà sao người ta ở đâu ra đông thế. Những cái nhìn tò mò, phán đoán, lên án, nghi vấn xuyên qua cửa kính xe đập lên mặt tôi và Maria. Tôi quay lưng lại nhìn. Xe chở Carlos đi sau lưng. Hắn ngồi gục đầu xuống. Tôi chỉ thấy chỏm tóc đen quăn của hắn.

· · ·

Đến tối cảnh sát mới cho tôi về. Thủ tục giấy tờ và cuộc thẩm vấn kéo dài mấy giờ đồng hồ. Họ bảo tôi khi Carlos bị đem ra xử, tôi sẽ được gọi ra làm nhân chứng. Họ cho xe chở tôi về tận nhà. Phần Maria và thằng bé thì sang nhà bạn ở tạm, nhà nàng bị phong tỏa vì là phạm trường cảnh sát còn đến để lấy thêm tang chứng.

Trời bắt đầu mưa lất phất. Cơn gió thổi đến thật lạnh. Tôi run rẩy tay thọc túi bước xuyên qua bãi đất trống. Đến trước cửa nhà Carlos, tôi thấy một vòng dây plastic vàng lờ mờ hàng chữ *"Police line Do not cross"* cuốn vòng xung quanh căn nhà. Cánh cửa trước và hai cửa sổ đóng im ỉm. Căn nhà hầu như nhòa vào bóng đêm trông như một căn nhà bỏ hoang.

Bức tranh của Norman Rockwell đã bị ai lấy đi mất.

~ HẾT ~

Thu 2003

Gương
thần

"Mình cần gặp và bắt Hoan nghe nỗi khổ đau bẽ bàng của mình bây giờ và muốn Hoan an ủi vỗ về mình. Hơn ai hết, Hoan là người thông cảm được tình cảnh của mình vì đồng cảnh ngộ và sẽ chỉ bảo mình phải làm những gì và mình sẽ nghe lời Hoan."

1

Nhìn những mảnh gương vỡ và cái khung mạ vàng nằm dưới đáy thùng rác trong góc phòng tắm, Thúy không cảm thấy một mảy may tiếc nuối. Cái gương nhỏ này là món quà đầu tiên Dave tặng khi mới quen. Khi đó còn là bạn trai, Dave khoe đã mua được trong một tiệm đồ cổ tuốt bên Boston. Thời đó Thúy nâng niu nó vô cùng, cái thời còn yêu Dave. Đưa Thúy món quà, Dave nháy mắt nói đùa, "Đây là gương thần tặng em. Em cứ hỏi nó xem ai là người con gái đẹp nhất thế giới." Từ ngày đó, Thúy đã dùng cái gương nhỏ mỗi ngày, ngay cả sau ngày Dave cưới nàng và mua cho một cái bàn phấn thật đẹp có tấm gương thật to. Suốt bao năm qua Thúy đã nhiều lần hỏi thầm gương "Ai là người đàn bà đẹp nhất?" nhưng hơn hai năm nay thì không còn hỏi cái câu ngớ ngẩn ấy vì biết mình không còn là người đàn bà đẹp nhất đối với chồng. Làm sao mình là người đàn bà đẹp nhất được khi mà Jennifer còn sờ sờ đó. Phải, Jennifer, người đồng nghiệp, đồng hương và đồng chủng của Dave. Nhìn những mảnh gương vỡ một lần nữa, Thúy ước thầm nó sống dậy để cầm lên hỏi gương chồng đã đi ăn cơm tối với ai, có phải với Bruce làm cùng văn phòng như lúc nãy chàng nói trên điện thoại không? Hay là lại đã dẫn Jennifer đi lại tiệm Sky như cách đây hai năm về trước, lần Thúy rình bắt gặp được tại trận? Thúy cũng muốn gương thần cho xem mặt mũi chồng Jennifer dạo này ra sao. Còn điển trai không hay là đã già đi rất nhiều khiến vợ phải đi tìm một người đàn ông khác trẻ hơn như là chồng mình chẳng hạn. Thúy đã gặp chồng của Jennifer trong buổi tiệc Giáng Sinh tại sở của Dave và Jennifer. Cô nàng có vẻ ngượng khi giới thiệu ông chồng đẹp trai như Dean Martin nhưng trông thật già. Nhìn hai người đứng cạnh nhau trông như chú cháu. Khi được biết Thúy làm trong ngành chứng khoán, ông ta nắm ngay lấy để hỏi ý kiến về dự định mua cổ phần của mấy công ty mới IPO. Chỉ nói chuyện với ông ta được vài phút xong quay lại thì Thúy thấy chồng và Jennifer đang đứng lấp ló sau một tấm chăn trò chuyện rất thân mật, rất tình tứ.

Gần mười hai giờ Dave mới về. Thúy hãy còn thức nằm trên giường đọc sách.

- Anh ăn uống gì chưa?

- Anh với thằng Bruce đi McDonald ăn tạm cái burger rồi về sở làm tiếp. Khiếp, việc nhiều làm không xuể. Thời đại này còn job là may, không dám than.

Câu trả lời tỉnh bơ của Dave cho thấy nó đã được sắp xếp trước, biết nói gì khi vợ hỏi. Thúy chả buồn hỏi thêm, biết hỏi thêm cũng vô ích, bỏ quyển sách xuống sàn quay mặt ra ngoài nhắm mắt cố ngủ nhưng nào có ngủ được. Năm đó nhưng Thúy cứ tưởng tượng ra cảnh chồng và Jennifer tóc vàng mắt xanh biếc như nền trời trao đổi với nhau những lời yêu đương, những cái nhìn âu yếm, những cái vuốt ve dịu dàng trong ánh đèn mờ ảo của nhà hàng Sky. Thay quần áo xong, Dave đi vào phòng tắm xong trở ra, rón rén lên giường. Biết vợ chưa ngủ, Dave hỏi han về con cái làm Thúy muốn ngồi nhỏm dậy hẳn học nói thẳng vào mặt- Sao anh không về sớm mà hỏi tụi nó? nhưng sự chán nản như gáo nước lạnh dập tắt cái ngọn lửa nóng giận. Tuy vậy Thúy vẫn trả lời một cách mỉa mai- Thì chúng vẫn còn đó, chả sao cả! Nửa giường bên kia im lặng. Thúy cũng im lặng rồi thiếp đi.

Sáng dậy Thúy thấy người mệt mỏi vô cùng vì nửa đêm dậy mấy lần rồi nằm trằn trọc đó, mắt mở thao láo thật lâu. Lần đầu Thúy giật mình dậy sau một giấc mơ, không biết nên gọi nó là một cơn ác mộng không nhưng cái màn kinh sợ cuối cùng trong giấc mơ đã đánh thức nàng. Thúy lại bắt gặp chồng và tình nhân cũng tại cái nhà hàng Sky ấy. Tự nhiên Thúy thấy mình là một đầu bếp đang làm một món mà chồng vẫn thích ăn, món *meatloaf*, thì một cô chiêu đãi viên ở ngoài phòng ăn hớt hải chạy vào- Chồng bà đang ngồi ngoài kia với Jennifer kìa. Thế là Thúy mất bình tĩnh, quơ vội cái chảo gang nóng bỏng trên lò chạy ra phòng ăn. Thấy họ, Thúy ném cái chảo bay trúng ngay vào mặt Jennifer làm tình địch ngã xuống đất rồi nằm im đó. Thúy kinh hãi đứng như trời trồng nhìn hậu quả việc mình làm trong khi Dave bỏ chạy mất. Thúy đã giết Jennifer trong giấc mơ, đã trở thành kẻ sát nhân.

Lê người ra khỏi giường xuống bếp Thúy thấy Dave đã đóng bộ hẳn hòi đang ngồi uống cà phê với tờ báo trong tay. Thấy vợ còn trong chiếc áo ngủ, Dave hỏi.

- Em không đi làm hôm nay?

- Mệt, chắc em điện thoại vào sở cáo bệnh ở nhà, Thúy trả lời lừng khừng.

Đứng trước bồn rửa chén đối diện với cửa sổ trông ra đường, Thúy nhìn Lan, đứa con gái mười lăm tuổi, đang chờ xe mẹ người bạn lại đón đi học như thường ngày. Trời hôm nay lạnh, con bé mặc cái áo len đỏ Dave tặng ngày sinh nhật nó năm trước. Con bé thật xinh, mang hai giòng máu dị chủng của cha mẹ. Hai vợ chồng biết không bao lâu nữa đứa con gái mới lớn sẽ đem lại nhiều lo lắng và nhức đầu và đây là đầu dây mối nhợ cho các xung khắc giữa hai người về chuyện dạy dỗ con cái, nhất là đối với Lan. Nó là đứa con gái cưng của Dave.

- Anh không thấy Lan hôm nay mặc váy hơi ngắn quá không? Thúy hỏi trong khi Dave đứng lên sửa soạn đi làm.

- Không, anh không thấy nó ngắn lắm.

Ít khi nào Dave bất đồng ý kiến với đứa con gái cưng về những gì con bé làm.

Tiếng còi xe từ xa vừa vọng lại thì một chiếc Toyota cũng vừa táp vào lề đường. Từ trên xe đứa bạn nhảy xuống. Hai đứa ôm nhau tíu tít nói chuyện như quên cả việc đi học. Bà mẹ ngồi trước vô-lăng lên tiếng hối. Hai đứa con gái chui vào xe. Chiếc Toyota từ từ lăn bánh ra giữa đường rồi mất lẫn vào trong giòng xe hối hả.

Lo mải nhìn ra đường, Thúy hơi giật mình khi nụ hôn của Dave lên tóc đến bất chợt. Nàng né đầu qua một bên. Dave cười khì, tay vuốt mông vợ miệng thì thầm vào tai nàng.

- Em ở nhà nghỉ cho khỏe. Trưa anh sẽ gọi về.

Giọng nói ân cần của chồng làm Thúy thấy vui lên trong lòng.

"Có lẽ tối qua Dave đi ăn với Bruce thật, mình lại nghi bậy," Thúy nghĩ, " Mình lại đa nghi nhưng không trách được, con chim đã một lần bị tên mỗi khi thấy cành cây cong thì sợ."

Dave hôn phớt lên môi vợ rồi cầm *briefcase* đi ra cửa nhưng không quên dặn đừng làm việc nhà chi cho mệt. Trả lời OK nhưng Thúy đã thầm tính sẽ dọn dẹp nhà cửa, nấu một món thật ngon vì tối nay đứa con trai lớn từ college về nhà sau khóa học. Lan là *daddy's girl* nhưng cu Thăng là *mama's boy*. Thằng con trai giữa tên Chương không là con cưng của cha mà cũng chả là *favorite* của mẹ nhưng nó dễ tính nên ai cũng thích nó.

. . .

Lái xe đi vòng quanh bãi đậu xe bên ngoài siêu thị Đại Nam một lúc lâu Thúy mới tìm được chỗ đậu. Cả một biển xe, đậu kín mít bãi, từ đầu này sang đầu kia. Cả một rừng người lũ lượt từ cửa tiệm này kéo sang đến cửa tiệm khác.

"Khiếp! Mới tháng mười, chưa phải Nô-En, *Thanksgiving* chưa đến mà thiên hạ làm gì đổ ra đầy đường!" Thúy rủa thầm trong bụng.

Đi qua mấy cửa hàng bán hoa, nàng định mua một chậu uất kim hương nhưng nghĩ sao lại thôi, lát nữa đây tay xách nách mang mấy bao thức ăn thì tay đâu cầm bình hoa, không khéo lại bị gãy cành hay rụng bông thì phí của. Một giọng hát thật ấm của một nam ca sĩ hòa trong tiếng nhạc dập dìu vọng ra từ một tiệm bán dĩa nhạc lôi vào. Thúy đi lượn trước những tủ kính đựng dĩa ngắm tìm mua cái CD mà đã định mua từ lâu nhưng cứ lần lữa. Sau cùng Thúy lựa hai dĩa, một cái cho mình một cái cho Dave. Chồng Mỹ lại thích nghe vài bài nhạc Việt dù chả hiểu gì, chỉ nói là thích điệu nhạc êm dịu du dương. Sau tiệm nhạc là cái siêu thị gần đó.

Đứng lựa mấy con cua trước quầy bán đồ biển, Thúy nghĩ lại lần đầu tiên đem chồng lại đây. Không chịu nổi mùi tanh, Dave bỏ đi ra ngoài nhưng chỉ vài lần sau thì làm quen được với cái mùi "quyến rũ" ấy. Một năm sau khi lấy nhau, Thúy đã dậy cho Dave ăn phở, bún, hủ tiếu, vân vân. Hầu như món ăn Việt nào Dave cũng ăn được. Thúy yêu chồng một phần ở cái tính hòa đồng màu da ấy. Rồi người chồng Mỹ cũng đã học chữ Việt và đọc được bập bẹ. Đáng lẽ Dave sẽ học được nhiều hơn nếu không vì Jennifer. Lại Jennifer! Bất cứ khi nào nghĩ đến chuyện gì liên quan về Dave thì Jennifer khôn khéo len lỏi vào óc như để ám ảnh, để giành dựt chồng.

- Thúy làm cua rang muối là nhất, không đâu ngon bằng.

Ô, cái giọng trầm như tiếng đàn bass đồng thời nhẹ nhàng như tiếng tiêu ấy, sao mà quên được! Đã bao năm rồi chưa nghe lại.

- Thúy vẫn mạnh giỏi chứ? Nhớ ai đây không?

Làm sao quên được người con trai dong dỏng cao với mái tóc bồng bềnh trên môi lúc nào cũng nở một nụ cười yêu đời? Thúy quay lại, vui sướng nhìn người đàn ông thời còn là sinh viên đã ngự trị trái tim mình, làm điêu đứng khá lâu nhưng cũng vô tình hết sức, vô tình không biết hay không cần biết đến mối tình thầm kín dành cho người đó. Lần cuối gặp nhau khi Thúy đến dự lễ cưới của người đó với một người tình thật trẻ đâu đó sáu bảy năm về trước.

- Hoan, trời ơi, lâu quá ...

- Ừ, đã lâu quá, không biết mấy năm. Thúy trông vẫn vậy, vẫn còn trẻ đẹp.

- Khen thật hay nịnh đấy?

Người đàn ông đối diện chỉ cười không trả lời. Hoan vẫn thế, nhiều khi không trả lời câu hỏi của người khác bằng lời mà chỉ bằng nụ cười để người ta phải đoán. Thúy nhìn kỹ hơn. Hoan già đi trông thấy rõ, mái tóc bồng bềnh thời nào giờ vẫn còn bồng bềnh nhưng hơi thưa đi, vài chỗ điểm bạc, thân hình không còn khật khưỡng nữa vì bụng hơi lớn ra, tay chân hình như thêm thịt thêm mỡ bớt khòng khèo.

- Để xem, Hoan trông khác trước.

- Thế sao? Còn Thúy định làm cua rang muối tối nay hả? Có định mời không đây?

Nét bối rối trên mặt Thúy làm Hoan đính chính ngay.

- Đùa thôi, tối nay Hoan ăn cơm tay cầm hay ra tiệm làm tô phở cho xong bữa.

Có gì không ổn trong câu nói ấy.

- Thế vợ đâu lại đi ăn tiệm?

Thúy vừa nói vừa đón bọc đựng ba con cua từ tay người bán hàng.

- Tụi này bỏ nhau rồi.

Thúy sững sờ, Hoan và Chi đã bỏ nhau? Họ trông rất đằm thắm trong ngày cưới lắm mà.

- Cho Thúy chia buồn nghe. Này, rảnh không, mình ra kia ngồi nói chuyện một lúc. Mình hôm nay không đi làm, có cả ngày ... đến tối.

Thúy nhớ lời bà ngoại bảo, lấy vợ trẻ phải dỗ mệt lắm mà không khéo dỗ thì có chuyện, khi đứa em trai định lấy một thiếu nữ trẻ hơn nó đến mười tuổi. Quả không ngoa, Hoan không dỗ được Chi nên đi đến đổ vỡ. Như vậy là họ đã ly dị được một năm, đứa con một của hai người ở với mẹ nó. Hoan dọn ra mướn một cái áp-pạc cũng cùng thành phố để tiện thăm con mỗi cuối tuần. Kể xong Hoan cho Thúy địa chỉ và số điện thoại mới.

"Nguy hiểm quá, mình nên làm gì với địa chỉ mới của Hoan? Có lẽ cứ để đó xem chồng mình và Jennifer đi đến đâu, ông ăn chả thì bà ăn nem."

Thúy cười thầm với cái ý nghĩ tội lỗi chợt xẹt ngang đầu đó cùng với những kỷ niệm thời sinh viên. Những buổi họp hành, gian hàng chợ tết, những lần đi picnic và cắm trại, nàng và Hoan đều dự. Chi chưa có mặt nhưng điều có chả ăn nhập gì vì Hoan có để ý gì đến Thúy mà chỉ xem nàng như một người bạn. Những cử chỉ thân mật, những lời nói bộc trực của người bạn phái nam chứng minh điều đó vì nếu có tình ý thì người ta hay mất tự nhiên. Không phải Thúy không biết nhưng ảo ảnh hy vọng làm mù quáng.

Ra trường, Hoan bỏ tiểu bang đi làm ở đâu xa lắm. Rồi mọi chuyện đi vào quên lãng. Rồi Thúy được job tốt, gặp Dave và đã yêu người đàn ông Mỹ vì tính vui vẻ, hòa đồng và nhất là vì Dave thích văn hóa Việt Nam. Hai người ăn ở với nhau hai năm xong mới làm đám cưới. Rồi cứ vài năm đẻ một đứa con, rồi mua nhà, lo trả tiền nhà rồi để dành tiền cho con lên đại học. Xen vào đó là chuyện cha mẹ Thúy từ Việt Nam sang. Hình bóng Hoan mờ dần đi và sau cùng chìm mất trong đám sương mù của cuộc sống vật chất hàng ngày cho đến ngày Hoan đột ngột trở về Cali nhưng lại không trở về một mình mà dẫn theo một thiếu nữ còn rất trẻ và tuyệt đẹp, trọ trẹ giọng Huế. Hoan giới thiệu Tôn Nữ Triều Chi, gia đình gốc hoàng phái. Thúy không còn ghen nhưng không khỏi so sánh ngầm trong bụng. Đến lúc đó nàng mới biết tại sao mình không lọt được vào mắt người mà một thời đã chiếm trọn trái tim mình. Chi nhỏ bé, đài các, giọng nói thật quyến rũ, kiểu cách cao sang và thích nhõng nhẽo. Tất cả những cái mà Thúy không có. Nàng khoẻ về thể xác, cứng cáp trong tinh thần, ăn nói bình dân và ghét làm nũng, ghét cả những ai có tính đó. Một hai năm sau thì Thúy nhận được thiệp mời đi ăn cưới của hai người. Ai ngờ đâu, giờ đây ...

. . .

Tiếng cửa lưới bật mở làm Thúy nhìn lên. Dave đi lại, ngồi xuống bên cạnh.

- Món cua đặc biệt của em là *number one always*.

- Cám ơn anh.

- Anh cám ơn em mới đúng. Tối nay trời đẹp nhỉ, nhiều sao ghê, tuyệt đẹp!

Thúy nhìn lên trên cao. Dave nói đúng. Trời tối nay đẹp thật, cả một bầu trời đầy sao lấp lánh như những hạt kim cương. Một vì sao đổi ngôi. Thúy cố nghĩ thật nhanh một ước nguyện nhưng lủng củng Hoan và Jennifer trong đầu làm nàng không sắp xếp được một ý nguyện gì hẳn hòi. Thế là mất một dịp may! Nhìn sang bên Thúy thấy Dave mỉm cười. Chắc chàng ta đã sắp xếp được một ý nguyện ra hồn nên ra mặt thỏa mãn. Tự nhiên Thúy thấy mất vui.

- Anh ước gì thế?

- Ước gì? Tại sao lại ước gì?

- Có sao mới đổi ngôi. Chắc anh đã ước gì nhưng dấu em chứ tại sao anh cười khoan khoái vậy?

Thúy muốn đem Jennifer ra để lục vấn chồng nhưng nghĩ sao lại thôi. Ích lợi gì, chỉ làm cho bầu không khí ngột ngạt, nhảy sang chuyện khác.

- Anh còn nhớ Hoan bạn em? Mình đi đám cưới hắn cách đây mấy năm gì đó dưới San Jose?

- Chả nhớ, mình đi cả mấy chục cái đám cưới bạn em mà hình như toàn dưới San Jose, làm sao anh nhớ được. Nhưng mà sao? Có chuyện gì xảy ra cho bạn em?

- Hai vợ chồng ly dị!

Dave nhún vai, tưởng gì chứ ba cái vụ ly dị có gì đáng nói.

Mắt vẫn nhìn những vì sao lấp lánh, Thúy nghĩ thầm, "Nhưng nếu mình ly dị thì sao? Anh ở đâu? Ai giữ con? Bực mình thật, bực chính 'mình' vì chuyện xảy ra đã lâu rồi mà sao cứ để nó lần quẩn trong đầu óc mình, ám ảnh mình mãi."

Sau lần bị vợ bắt gặp mình với tình nhân tại Sky, Dave về nhà thú thật và xin tạ lỗi và Thúy đã tha lỗi, không phải ngay đêm hôm đó mà cả tháng sau. Dave thú đã ngoại tình chỉ mới được hai ba tháng gì đó. Thúy tự nhiên đâm sợ không dám hỏi về những chi tiết tình dục của cuộc ngoại tình, không muốn bất cứ một xác nhận nào đến từ Dave về những hình ảnh mà nàng vẽ ra trong óc mình, hai người trần truồng nằm bên nhau, rồi khi làm tình, Dave cũng có những cử chỉ mơn trớn với Jennifer mà chính nàng đã quen thuộc. Khi hai vợ chồng đã 'huề', trong những lần ăn nằm với nhau, Thúy thắc mắc là Dave đã có làm tình giống như vầy với người tình cũ hay không. Thúy đã tốn không biết bao nhiêu tiền và thì giờ đi *counseling* mà vẫn thất bại trong việc xóa tan những hình ảnh tưởng tượng đó.

- Có thể anh phải đi công tác ở New York tháng tới, Dave ngần ngừ nói.

- Sao lúc nãy anh không cho em biết?

- Đang ăn cơm nói chuyện vui với con anh không nhớ, vả lại lúc nãy hay bây giờ thì có khác gì. Nhưng chỉ có lẽ thôi. Có một cuộc họp lớn, rất quan trọng với một khách hàng giàu sụ, *big account*.

Thúy nhìn xuyên qua mắt chồng vào tận trong đầu.

- Có lẽ thôi hả, như vậy lý do nào thì chuyện đi của anh sẽ không xảy ra?

Dave nhún vai đáp.

- Nhiều lý do lắm, chẳng hạn như khách hàng tìm hãng khác, họ *cancel* cái *order*, hoặc giả hãng anh gởi người khác đi thay vì anh, vân vân. Khó đoán lắm.

"Còn một lý do nữa, nếu Jennifer đi không được vì chồng nó không cho đi", Thúy nghĩ nhưng không nói ra.

Dave đứng lên đi vào nhà. Thúy vẫn ngồi đó nhìn lên trời chờ một vì sao đổi ngôi khác.

~§~

2

Nhấc điện thoại lên, Thúy gọi cô thư ký nói mình đi ăn cơm trưa một tiếng sau về, ai gọi thì lấy giùm lời nhắn. Lúc nãy con Nancy vào văn phòng rủ đi ăn phở với nó nhưng bị từ chối. Lần đầu tao nghe một người Việt Nam chê phở, nó nói đùa. Thúy chỉ cười đáp lại. Hễ có chuyện gì làm bận tâm là nàng chỉ muốn ngồi một mình. Dave ra phi trường sáng nay đi New York, đó là chuyện đáng bận tâm. Chồng sẽ đi ba ngày. Có lẽ ba ngày bên cạnh người tình. Đó là chuyện đáng gây bận tâm.

Gậm xong khúc bánh mì trong tiệm Max's Eat, Thúy lên xe đi nhưng chưa muốn về sở vội, lái xe vòng vo trong phố đầu óc lộn xộn những hình ảnh tưởng tượng chồng và Jennifer ngủ với nhau mà không đuổi ra khỏi đầu được. Lái được một lúc Thúy tự nhiên thấy mình đang ở trước sở chồng. Sở hai người cùng trong một thành phố nhưng người đầu này người đầu kia và giờ giấc văn phòng khác biệt nên ít khi hai vợ chồng đi ăn cơm trưa chung.

Thúy ngừng xe bên kia đường, nhìn lên lầu năm. Văn phòng Dave trên lầu đó, ngay mặt tiền nhìn xuống đường. Nếu anh có trong đó thì Thúy phải thấy nhưng giờ này đang trên máy bay mà. Có loáng thoáng bóng người trong văn phòng Dave, một người đàn bà thì phải vì tóc dài và vàng óng ánh rồi người đàn bà ấy đi lại cửa kính nhìn ra ngoài.

'Jennifer!' Thúy thốt lên. Đúng! Đó là Jennifer. Như vậy Dave đã đi New York một mình. Thúy thở phào nhẹ nhõm, trong lòng lâng lâng vui lái xe về sở.

Buổi tối cơm nước xong, mấy đứa con lên phòng riêng của chúng. Không có chuyện gì làm bận tâm, Thúy thấy thảnh thơi hơn cầm tách trà ra phòng khách bật TV lên xem. Cũng chỉ mấy cái shows vớ vẩn không ra hồn, phí cả thì giờ. Chuông điện thoại reo lên.

- Hello! Giọng Dave.

- Dave? Em đây. Mọi việc bên đó tốt đẹp chứ?

- Hoàn hảo! Ở nhà có chuyện gì không? Ngày mốt anh xong việc, về lại Cali.

Dave nói tiếp, khoe là khách hàng thích *presentation* của mình và giá hàng thấp. Nếu họ đặt cái *order* thật to kỳ này, Dave sẽ được hãng thưởng một mớ tiền. Càng tốt, nhà đang cần tiền để nới cái phòng ăn ra cho to hơn. Lúc nào Thúy cũng ước có tiền để nới phòng ăn rộng ra và mua bộ bàn ăn mới, một ước mộng khiêm tốn nhưng vẫn chưa làm được. Gác điện thoại, Thúy cầm cái *remote* tắt TV xong ngồi thừ ra đó. Không có gì làm, đầu óc lại nghĩ đến Hoan. Không biết anh chàng giờ này đang làm gì trong cái ắp-pạc trống trơn thật đơn sơ của một người đàn ông không gia đình.

"Có lẽ mình cần cái gương thần vào lúc này hơn hết để đọc được tâm trạng của Hoan, nhất là Hoan đang nghĩ gì về mình sau ngày bất ngờ gặp lại ngoài chợ. Hồi đó nếu Hoan ưng mình thì đâu đến nỗi," Thúy bâng khuâng nghĩ thầm.

. . .

Tối nay Dave về, Thúy sẽ nấu một món chồng rất thích, món chả giò cua biển. Mấy đứa con sinh đẻ bên này nên kỵ nước mắm nhưng cha chúng thì không. Ăn chả giò phải cuộn xà lách chấm nước mắm pha mới chịu.

Bốn giờ chiều Thúy bỏ sở chuồn về sớm để ghé chợ. Khi đứng lựa cua trước gian hàng đồ biển, nàng mong thầm Hoan lại hiện ra sau lưng mình. Nhưng Hoan không đến. Thúy thất vọng, cầm bịch cua đi ra quầy tính tiền mà mắt thì nhìn bâng quơ ra ngoài bãi đậu xe. Biết đâu Hoan đang lái lòng vòng tìm chỗ đậu.

'Mình đến thật lẩn thẩn!"

Đến tối, chiên chả giò xong rồi bỏ vào trong lò, Thúy định lát nữa trên đường đón chồng sẽ gọi điện thoại bảo Chương bật lên hâm cho dòn. Đến phi trường khám phá được máy bay bị trễ cả giờ, Thúy đi lại một quán cà phê gần đó mua một tách đem ra ngồi bên cửa kính nhâm nhi.

Mỗi khi ra phi trường đưa đón ai, Thúy vẫn thích nhìn những chiếc máy bay lên xuống.

"Mỗi một chiếc máy bay cất cánh là một ao ước của mình được đi một nơi nào đó thật xa, một hoang đảo thần tiên giữa biển Thái Bình Dương bao la, một lâu đài cổ xưa cheo leo trên sườn núi nhìn xuống giòng sông Danube xanh biếc chảy nhẹ nhàng trên mặt nước phản chiếu những cụm mây trắng bay lơ lửng trên nền trời Áo quốc, một ốc đảo giữa sa mạc Sahara hoang vu nóng bỏng."

"Mình rất muốn du lịch nhưng sao cứ vướng chân trong đời sống hàng ngày. Quay đi quẩn lại đã ngoài bốn mươi, rốt cuộc chỉ được du ngoạn bằng trí tưởng tượng qua những quyển tiểu thuyết, những hình ảnh trên tạp chí hay phim ảnh. Nhưng nếu đi được thì mình sẽ đi đâu và đi một mình hay đi với ai? Với Dave hay Hoan? Một cuộc đi chơi thật xa với Hoan sẽ như chuyện thần tiên nhưng ai sẽ trông chừng Dave? Có lẽ một sự vắng mặt lâu dài của mình như thế lại là một chuyện thần tiên cho chồng mình."

. . .

Đúng như lời Dave nói trước hôm đi, tuần lễ sau anh được hãng thưởng một số tiền khá to sau khi công ty khách hàng bên New York ký giao kèo đặt một *order* bạc triệu. Dave kêu người đến sửa sang lại căn phòng ăn rồi còn bảo vợ đi chọn mua một bộ bàn ăn mới bất cứ kiểu nào mà thích. Thế là một ước mơ được thành tựu.

Sau một tháng trời phải sống trong cảnh bụi bặm trong khi nhà thầu sửa sang nới rộng cái phòng ăn, bên trong nhà khoác một bộ mặt mới. Bộ bàn ăn mới được chở về sáng nay trông rất hợp với căn phòng mới sửa lại. Vài bức tranh sơn dầu thật đẹp được mua về treo lên. Dave khen vợ có óc mỹ thuật, nói thêm nhà bây giờ đẹp thì phải mở tiệc tùng mời bạn bè đến. Thế rồi hai vợ chồng bàn làm tiệc mời bạn Dave trước, còn Thúy sẽ mời bạn mình vào dịp khác.

Sáng thứ bảy, Thúy lấy xe đi chợ mua thịt bò về để nướng *barbecue* cho buổi ăn nhậu. Đáng lẽ chỉ cần chạy ra siêu thị cách nhà vài con đường thì Thúy lại xách xe đi chợ Việt Nam trong lòng hy vọng sẽ "tình cờ" gặp lại Hoan nhưng sau cả nửa giờ đồng hồ đi lòng vòng trong chợ, kể cả mười lăm phút đứng trước gian hàng bán cua, Thúy thất vọng ra về "tay không".

Ba giờ chiều, bạn bè Dave bắt đầu lục tục đến. Thúy phải đóng vai nhân viên tiếp tân ra chào khách mời vào nhà và đỡ thức ăn họ đem lại vì chồng bận mặc tạp-dề đứng nướng thịt sau vườn. Từ cửa trước đi ra vườn sau phải đi ngang phòng ăn mới sửa lại, khách đứng lại trầm trồ khen, người thì khen bộ bàn ăn, người thì thích phòng lớn, vân vân. Thúy biết họ khen cho theo phép lịch sự thôi chứ phần đông bạn bè Dave rất giàu, nhà cửa họ đồ sộ nguy nga ở những khu đất tiền. Đó là một cái tính lịch sự rởm của người Mỹ mà Thúy rất ghét. Đã ở Mỹ hai chục năm nhưng vẫn chưa quen và không học được nhiều thói lịch sự bên này.

Cặp vợ chồng Jennifer đến sau bốn giờ. Người tình cũ của chồng chiều nay trông nhí nhảnh tệ, mái tóc vàng búi lên để lộ một cái cổ thật thon cao, ở trên nàng mặc áo thun đỏ ngắn tay bó sát bộ ngực nảy nở và cái eo thon, ở dưới thì mặc quần soọc đưa ra cặp đùi rám nắng, khỏe mạnh, tròn lẳn. Vài nhân viên nam lén đưa mắt liếc nhìn cặp vú và cặp đùi Jennifer. Nàng cặp tay ông chồng già đi vào, ông này vui vẻ bắt tay Thúy với một cái siết chặt vồn vã. Nàng bảo họ đi ra vườn sau, Dave đang chờ đó. Đi ngang qua phòng ăn, thấy vài người khác đang đứng nhìn những bức tranh sơn dầu, Jennifer cũng kéo tay chồng đứng lại xem xong hai người đứng thì thầm với nhau. Thúy chợt thấy một nụ cười ngạc nhiên lẫn thích thú trên môi Jennifer. Không khỏi tò mò, nàng len lét đi lại đứng sau tấm phên ngăn giữa phòng ăn và bếp giỏng tai lên nghe.

- Một sự trùng hợp ngẫu nhiên, thật buồn cười, nhỉ? Jennifer nói với chồng.

- Ừ, thật buồn cười, chồng nàng đáp, trông nó không khác bức tranh em mua bên New York tuần trước, chắc cùng họa sĩ, biết đâu cùng một người vì kiểu vẽ trông tương tự.

"Jennifer đi New York tuần trước? Cùng ngày với Dave? Thật chăng? Chính mắt mình thấy nàng trong văn phòng Dave sau khi chàng đi mà, chả lẽ lại trông gà hóa cuốc! Chồng Jennifer có biết là vợ ông ta đi New York cùng lúc với chồng mình?"

Tai Thúy lùng bùng không còn nghe hai người nói gì nữa. Nàng đi vào trong bếp đứng dựa lưng vào tủ lạnh cố định thần lại, "Không chần chừ được, phải tìm cho ra sự thật."

Quên là chuyến đi New York của Dave đã hơn một tuần lễ, Thúy bỏ khách đó, chạy lên lầu mở toang cánh cửa tủ treo quần áo của chồng xong lôi ra những bộ quần áo chàng mang trong chuyến đi. Nàng xem kỹ từng phân vuông trên mỗi chiếc sơ-mi, áo lót, quần dài, quần lót, tìm xem có những vết tích gì còn lưu lại để chứng tỏ hai người đã đi với nhau bên đó. Một sợi tóc vàng, một vết son, hay ngay cả một vết hoen ố sau một cuộc làm tình. Hoàn toàn không một dấu vết gì. Vừa mệt mỏi vừa chán nản, Thúy để nguyên đống quần áo nhầu nát trên giường, ngồi phịch xuống đất, đầu óc hoang mang. Tiếng cười nói từ dưới vườn sau nhà đưa lên đến phòng ngủ, xen lẫn trong đó là tiếng cười trong trẻo lẳng lơ của Jennifer và tiếng cười nói thật vui của Dave. Hé vạch tấm màn cửa, Thúy nhìn xuống dưới. Jennifer đang được lũ đàn ông con trai bu xung quanh tranh nhau nói chuyện. Những cặp mắt hau háu dán lên bộ ngực căng phồng, cặp đùi tròn lẳn rắn chắc. Dave không có mặt trong đám đàn ông con trai ấy mà đang đứng trước lò nướng lật mấy miếng thịt bò, ba hoa khoe với hai cặp vợ chồng bạn cái lò *barbecue* bằng hơi đốt mắc tiền mới mua.

"Mình lại ghen bậy nữa rồi. Cuộc phiêu lưu tình cảm của hai người đã chấm dứt từ lâu rồi mà, sao mình vẫn chưa gột bỏ được cái ám ảnh đó."

Thúy treo quần áo Dave vào tủ, vuốt lại tóc tai gọn ghẽ rồi đi xuống lầu làm nhiệm vụ nữ chủ nhân. Suốt buổi ăn nhậu chiều thứ bảy, Thúy ngầm quan sát chồng và nhân tình cũ nhưng không thấy họ có những cử chỉ hay lời nói gì cho thấy lửa tình xưa đã bùng lên lại. Hai người nói chuyện rất hời hợt, mà chỉ nói về việc sở.

Tối hôm ấy sau khi khách về Thúy hỏi Dave thì chàng nói Jennifer và ông chồng đi New York trùng ngày với chàng để thăm thân nhân. Thúy quyết định không để chuyện cũ hai người chiếm đoạt đầu óc mình nữa.

. . .

Đến lượt Thúy làm party cho bạn bè trong sở thì Dave hỏi có muốn mời Hoan lại dự không. Không hiểu sao Thúy lại gạt phắt ý kiến đó dù trong thâm tâm rất muốn vì muốn hỏi thêm người bạn cũ về mối tình tan vỡ với Chi. Nàng biết Hoan không ngại gì kể chuyện riêng tư của mình vì hai người một thời là hai bạn chí thân, lúc còn gặp nhau thường ít có gì mà không kể cho nhau nghe, dĩ nhiên trừ cái chuyện Thúy mê Hoan. Mặc dù có số điện thoại của Hoan, Thúy vẫn chưa gọi từ ngày tình cờ gặp lại trong chợ cua.

"Tinh thần Hoan còn bị giao động vì cái vụ ly dị và đang ở trong tình trạng yếm thế, dễ bị lung lay bởi yếu tố bên ngoài. Nếu chường mặt vào, mình có thể 'thay đổi cục diện' và phức tạp hóa tình cảm của Hoan lẫn của mình. Mình cần chờ một thời gian nữa rồi sẽ đến với trong tình bạn để tìm hiểu và an ủi."

Trong lòng Thúy vẫn còn ít nhiều tình cảm dành cho Hoan nhưng đã là một người đàn bà hơn bốn chục, có chồng và ba con, ý tưởng ngoại tình dù lởn vởn trong đầu nhưng không bao giờ đủ mạnh để trở thành một động lực đưa đến thực tế.

Buổi party cho bạn bè Thúy khá thành công. Nàng vui sướng khi thấy Dave tỏ ra hạnh phúc quấn quít xung quanh mình, lăng xăng ra vào giúp đỡ rất đắc lực. Mấy đứa bạn gái trong sở khen Thúy có phúc được một tấm chồng dễ thương. Thúy hãnh diện ra mặt. Hơn là hãnh diện, nàng thật sự cảm thấy hạnh phúc tràn trề. Dave hôm trước úp mở cho biết Jennifer đã được thuyên chuyển sang một chi nhánh của sở rất xa chỗ Dave đang làm để được gần nhà hơn, tiện lợi cho việc đi lại.

Niềm hạnh phúc ấy kéo dài được một thời gian thì tan vỡ như một bình pha lê rớt xuống sàn đá. Một buổi chiều xuống phố, Thúy tình cờ gặp ông chồng già của Jennifer. Thoạt đầu nàng không còn nhớ gì về vụ bức tranh sơn dầu treo trong phòng ăn và bức tranh người vợ trẻ của ông ta khuân về từ New York nhưng ông là người đem chuyện ấy ra nói trước. Chẳng đặng đừng, mối hoài nghi trở về trong đầu Thúy.

- Jennifer đi New York cái tuần thứ hai tháng trước? Thúy hỏi.

- Yes, vợ tôi về thăm một người bà con bị bệnh nặng, ông ta giải thích.

- Cô đi lâu không?

- Không! Chỉ đi ba bốn ngày thôi. Thật may phước, người bà con ấy bệnh tình đã thuyên giảm, lúc đầu tưởng không qua khỏi nên Jennifer phải đi gấp như thế.

- Ông không đi theo? Thúy thắc mắc.

Ông chồng già của Jennifer cười giả lả- Tôi ít khi đi đâu với Jennifer lắm, thú thật bây giờ già rồi tôi chỉ muốn ngồi nhà. Lắm khi vợ đi khỏi nhà lại là *vacation* cho mình!

Nghe đến đây, người Thúy chợt lạnh đi như mới bị ai đổ cả thau nước lên trong khi Jack thì cười khì khì, thật là một người thật thà lại dễ tính nhưng đần độn. Ông chồng Jennifer vẫn cười cười nói nói nhưng tai Thúy lùng bùng, chẳng nghe được gì rõ, chỉ muốn thét lên cho ông nghe là vợ ông ta đã đi New York hai mình chứ không phải một mình. Nàng cũng muốn thét lên cho chính mình là sao mình cũng đần như ông ta vậy.

- Vậy trong thời gian gần đây chắc ông vui lắm nhỉ vì Jennifer thường đi làm về rất khuya, ông ở nhà một mình không bị quấy rầy? Chồng tôi nói sở dạo này bận lắm nên thường phải làm trễ.

Ông ta nhíu mày, lắc đầu đáp.

- Không, Jennifer tối nào cũng về đúng giờ. Nàng nói sở nhiều việc thật nhưng tùy chức vụ mình kìa, việc làm của vợ tôi không đòi hỏi phải làm phụ trội.

Thúy căm tức, nghĩ là đã bị chồng cho vào xiếc. Sau cái buổi tối đi làm về khuya rồi nói là đi ăn *hamburger* với Bruce, Dave không còn về trễ nữa. Không những thế, có hôm anh lại tìm cách về sớm, tạt qua sở vợ đón đi ăn tối, bảo là khỏi nấu cơm làm gì cho mệt, ăn xong mua *take out* đem về cho con ăn. Mãi rồi mối hoài nghi trong đầu Thúy bị đánh tan.

"Có ngờ đâu tất cả chỉ là vở kịch và sau đó người chồng mưu mô của mình và tình nhân đã che mắt được vợ được chồng để ở với nhau một đêm thần tiên bên New York."

Tối hôm ấy, Dave chắc không hiểu được thái độ lầm lì của vợ, chỉ đoán có gì không ổn nhưng không mở miệng, hay không dám mở miệng hỏi. Những ngày kế tiếp, Thúy vẫn giữ thái độ bất hợp tác và thiếu thiện cảm nhưng nghĩ chưa có đủ chứng cớ để chất vấn chồng về nghi vấn của mình. Biết đâu chuyến đi của hai người chỉ là một trùng hợp ngẫu nhiên, nếu vậy thì là tình ngay lý gian. Mối hoài nghi của chính mình hành hạ Thúy, thái độ lạnh lùng của nàng dằn vặt Dave cho đến ngày anh không chịu được đợi đến lúc lũ con vắng nhà rồi hỏi vợ về cái bản mặt lạnh như tiền của nàng cả tuần lễ qua.

Chỉ đợi có dịp này, Thúy để cho cơn giận dữ và lòng nghi ngờ đè nén mấy ngày nay xổ chuồng tung ra. Dave mặt mày nhăn nhó ra chiều khổ sở vì bị hiểu lầm lên tiếng phân bua.

- Trời ơi! Jennifer đi New York là chuyện của cô ta. Nói thật với em, cô ta đi anh cũng không biết. Lúc cô ta về mới kể lại.

- Làm chung sở mà anh không biết? Cô ta tính đi thì nói cho anh biết ngay chứ gì!

- Nhưng cô ta đi bất thần khi được tin người nhà đổ bệnh phải vào nhà thương. Cô ấy đến lúc nào và ở đâu anh cũng chả biết mà làm gì. Còn cái chuyện cô ta đi một mình hay đi với chồng là chuyện gia đình người ta, anh đâu có quyền hỏi.

Thúy đuối lý và Dave có lý hay ít ra nàng không còn lý để cãi lại, đành tạm gác cái nghi vấn của mình sang một bên.

~§~

3

Thúy gặp lại Hoan sau một thời gian khá lâu, mãi mấy tháng sau lần không bảo mà gặp lại. Anh chàng đã khoác một bộ mặt mới, trẻ hơn, hồng hào hơn và trông yêu đời hơn, hẳn đã vượt qua được giai đoạn đau khổ ban đầu của đổ vỡ. Nhìn Hoan tóc tai gọn ghẽ, mày râu nhẵn nhụi, khỏe mạnh trong bộ đồ quần vợt trông trẻ đi mười tuổi, Thúy nhìn lại mình thấy sao quá xộc xệch đến thảm hại. Hai người gặp lại cũng trong cái khu siêu thị Đại Nam. Có lẽ Hoan thấy trước nên khi Thúy vừa ngừng xe đã thấy anh ta đứng bên cạnh cửa nhe răng cười. Không hiểu sao Thúy lại chợt thấy lúng túng. Hoan đấy chớ có phải ai khác đâu! Hoan mở cửa xe cho Thúy bước xuống, lần đầu tiên với cử chỉ ga-lăng như vậy. Bao nhiêu năm qua là bạn đồng môn có bao giờ Hoan làm như thế.

- Khiếp, Hoan hôm nay coi bộ sì-po dữ, nhận không ra, tưởng chàng trai tơ nào. Chắc mới đi sửa sắc đẹp ở đâu đấy!

Hoan vẫn chỉ cười thay vì nói. Trông từ đầu đến chân, Hoan đã cải lão hoàn thanh niên trông gần giống như xưa thời còn là sinh viên dù tóc đã thưa hơn trước. Những nếp nhăn của phiền muộn trên mặt giờ biến đâu mất. Chiếc áo thun ngắn tay và chiếc quần soọc để lộ hai bắp tay và cặp đùi rám nắng nổi bắp thịt làm Thúy nhớ lại những ngày đi cắm trại, chèo thuyền, leo núi của thời sinh viên hồn nhiên yêu đời.

- Hoan phục kích người ta phải không?

Hoan lắc đầu.

- Không phải là phục kích, đây là tao ngộ chiến.

- Tao ngộ hay hơn là phục kích, nhỉ, vì ngạc nhiên kỳ thú? Thúy đáp úp mở.

Hoan vẫn chỉ cười, không nói gì, bị Thúy đấm lên vai.

- Chúa ghét cái tính chỉ cười mà không nói. Thôi mình vào chợ cho Thúy mua ít thứ rồi mời Hoan đi đâu đó nói chuyện.

Vào đến trong, Hoan ngoan ngoãn đi sau lưng cầm giỏ đi không nói một tiếng, không bình phẩm như Dave mà chỉ gật gù và ... mỉm cười. Thúy đi trước mắt nhìn quanh lựa hàng nhưng đầu óc thì thấy vui vui khi ví von cái cảnh hai người như một cặp vợ chồng hạnh phúc.

"Ngày xưa nếu Hoan có để ý đến mình thì không biết bây giờ chúng mình có được vui như vầy không, chắc chắn là không như mình và Dave cũng như Hoan và Chi."

Với ý nghĩ vui sướng đó, Thúy thấy mình trẻ lại cả chục tuổi, tung tăng đi trước, miệng nói huyên thuyên hỏi ý kiến Hoan hết về món này đến hàng nọ mà không chờ nghe đáp.

Đi ngang qua dãy bày *snacks*, Hoan chợt khựng chân lại, đứng tần ngần nhìn mấy bịch bánh kẹo màu sặc sỡ.

- Thôi, già rồi còn ham bánh kẹo gì, Thúy đi lại gần lên tiếng.

Hoan cầm một bịch kẹo *chocolate* Âu Châu nhập cảng trầm ngâm nhìn rồi bảo.

- Thuở trước Chi thích ăn kẹo này lắm. Mỗi lần lại đây phải mua hai ba bao về ăn. Không biết giờ còn ăn không.

Nét buồn chợt hiện lên trên mặt, tay Hoan run run đặt bịch kẹo xuống, miệng cười nhếch mép trông méo xẹo.

- Khó quên thật!

Có một bàn tay vô hình nào bóp trái tim trong ngực Thúy. Nàng quay lưng bỏ đi về chỗ bán cua cá. Tiếng chân Hoan vội vã đến gần.

- Xin lỗi nha, chuyện xưa sao cứ nhắc lại.

Thúy gượng cười bảo.

- Không sao, mình thông cảm mà. Vợ chồng ăn ở với nhau khi xa nhau thì khó mà quên. Điều đó là thường tình.

Nụ cười trên môi Hoan như cám ơn nhưng trông nó sao không hợp với cái nét đau đớn còn vương vấn trên mặt.

Chỉ mấy con cua đang bơi trong hồ kính Hoan vội nói.

- Trông ngon ra phết. Lần này có định mời bạn đến ăn không?

Và Thúy đã mời Hoan tối lại nhà ăn món cua rang muối. Bữa cơm tối chung cuộc chỉ có hai người. Mấy đứa con thấy mấy con cua là chúng nháy mắt với nhau rồi lấy xe đi Taco Bell. Dave thì ngồi ăn chỉ được cái càng xong đứng lên cáo lỗi phải đi thăm cha mẹ mình vì ban chiều nhận được một cú điện thoại bên đó gọi sang nói cần gặp có chuyện. Dave bắt tay bạn vợ vội xong biến mất ra garage thật nhanh. Thúy chẳng để ý đến điều đó, đang bận rót rượu vào ly khách.

Tiếng xe Dave nhỏ dần rồi tắt hẳn. Hoan nâng ly lên trước môi rồi khen.

- Gia đình Thúy hạnh phúc quá, con lại lớn rồi, đỡ phải lo. Nhà cửa đẹp đẽ nữa.

Đến lượt Thúy cười mà không nói gì. Nàng không muốn kể cho Hoan chuyện phiền riêng tư của mình, vả lại mục đích mời bạn cũ lại nhà tối nay là để nghe chuyện của bạn.

- Thúy muốn nghe chuyện Hoan với Chi.

Hoan xoay xoay ly rượu trong tay. Những ngọn sóng nhỏ màu đỏ máu sánh lên rồi tạo thành một con xoáy nhỏ ở giữa. Hoan chăm chú nhìn vào con xoáy đó thấy mặt Chi trong ấy bị nhận chìm xuống đáy ly.

. . .

Một tuần sau hai người gặp lại nhau nữa nhưng lần này là Thúy bị phục kích. Hoan đến tận sở Thúy mời đi ăn cơm trưa. Thật đúng lúc, sáng nay nàng điện thoại cho chồng rủ đi ăn trưa chung nhưng Dave bảo bận có buổi họp quan trọng. Anh khoe mình bây giờ có thớ trong sở sau ngày lấy được cái *contract* to bên New York và vì vậy họp hành liên miên. Nghe đến đây Thúy nhớ lại trong thời gian mấy tháng qua chồng có đi làm khuya một hai lần nại cớ nhiều việc sở và Thúy không còn thắc mắc những lần đi về khuya đó Dave đã đi ăn *hamburger* với Bruce không hay là ...

Tiếng cô thơ ký trên *speaker*.

- Thúy! Có ai đợi bà ngoài đây, một người đàn ông Á Đông.

Một người đàn ông Á Đông? Ai vậy? Không thể là Hoan được vì chưa đưa cho anh chàng địa chỉ và điện thoại trong sở. Buổi tối hôm ăn cua rang muối ở nhà, cuộc nói chuyện đêm hôm ấy chỉ xoay quanh Chi và Hoan.

Từ bên trong hành lang đi ra phòng khách đợi Thúy ngạc nhiên lẫn thích thú khi thấy Hoan đứng sẵn đang nhe hàm răng trắng ra cười. Thúy hấp tấp đi vội lại gần đến nơi vấp phải mép miếng thảm làm ngã chúi về trước vào vòng tay của Hoan. Nàng thẹn đỏ mặt, tay vuốt tóc, miệng lí nhí xin lỗi.

Hoan đùa.

- Sao lại xin lỗi, phải cám ơn chứ, không có Hoan thì Thúy thành tấm thảm kia rồi!

Còn bối rối nhưng Thúy đủ sáng suốt để chận họng mình kịp thời trước khi thốt ra câu- Không có Hoan thì Thúy đâu chạy làm gì!

Lên xe bạn đi, Thúy bảo lái về một chỗ gần chợ Việt xa sở để tránh những cặp mắt tò mò của đồng nghiệp lỡ chẳng may gặp họ trong nhà hàng.

Ăn mặc chải chuốt, Hoan hôm nay trông khác hôm gặp ngoài chợ. Thúy khen xong hỏi nửa đùa nửa thật.

- Thế Hoan định đến đưa Thúy đi ăn mỗi ngày hả?

Hoan không vừa, trả đũa ngay.

- Còn tùy, nếu được Thúy bao thì sẽ lại mỗi ngày.

- Được, Thúy sẽ bao cơm trưa, nhớ giữ lời hứa đấy.

Và Hoan giữ lời hứa lại đón Thúy đi ăn cơm trưa mỗi ngày trong suốt tuần lễ. Những lần gặp nhau như thế là dịp cho hai người nhắc lại những kỷ niệm thời xưa, thời mà Hoan chưa bỏ Cali đi để sau đó mang về một Tôn Nữ Triều Chi rồi cưới làm vợ. Hoan nhắc lại phiên chợ Tết dạo nào trời mưa tầm tã, gian hàng bán thịt nướng của hội ế xưng ế xỉa, thịt bán không hết sinh viên ngồi bốc ăn hết.

- Trời mưa ngồi co ro bên lò than, nhâm nhi tách trà nóng, ăn thịt nướng, thật là thú, phải không Thúy.

- Nhưng không thú bằng lần đi cắm trại bên Half Moon Bay.

- Thú gì?! Cắm trại gần biển lạnh chết mẹ, Hoan phản đối.

- Vì lạnh nên mới có chàng nào đòi vào lều con gái ngủ, nhớ không? Làm mấy cô la quá.

Hoan cười hì hì- Nhưng mình khi ấy không có ý nghĩ bậy, chỉ muốn mượn tí hơi ấm thôi. Mà hình như Thúy đâu có ngủ trong lều đó.

Thúy trêu.

- Rốt cuộc xôi hỏng bỏng không, có chấm mút được gì đâu. Mà hỏi thật, nếu tối hôm ấy Hoan ngủ trong lều tụi này thì đứa con gái nào sẽ là nạn nhân.

Đến lượt Hoan trợn mắt.

- Nói bậy, đã bảo người ta không nghĩ bậy mà. Mình xem mấy bà ấy như chị.

Đúng vậy, Hoan thân mật với mấy cô mấy bà trong trường nhưng lúc nào cũng chỉ xem họ như chị, bạn hay em gái. Hoan đùa nhưng không đi quá trớn, thỉnh thoảng buông lời ong bướm chỉ để đùa chứ không bao giờ theo đuổi ai. Lời nói cử chỉ tự nhiên và thân mật của Hoan làm những người khác cảm thấy thoải mái, không thấy mình cần phải gò bó hay e dè, vì vậy ai cũng mến.

- Cả lũ con gái trong trường không thích cô nào hết để rồi phải đi qua tận miền Đông rước một nàng về?

Thúy giật thót bên trong, "Mình lại lỡ miệng nhắc đến Chi. Hoan đã phải phấn đấu rất nhiều để vượt qua được, để quên đi nỗi đau khổ ban đầu của đổ vỡ, để gầy dựng lại cuộc đời. Sao cứ nhắc chuyện xưa đau lòng!" Nàng hối hận khơi lại chuyện buồn của Hoan và chờ một phản ứng tiêu cực, một cái thở dài hay một chép miệng nhưng người bạn cũ vẫn cười mà lại cười to hơn. Thúy vui lên khi thấy chuyện chia tay với Chi không còn là bóng tối bao trùm Hoan nữa.

Những ngày sau đó chứng tỏ mình đã thật sự qua được cửa ải đau khổ, Hoan nói về Chi một cách rất tự nhiên rất bình thường dù Thúy tránh nhắc đến. Hoan còn bảo hy vọng Chi tìm được hạnh phúc nơi khác. Đứa con gái của họ thì không còn buồn nữa, nó còn nhỏ nhưng hiểu biết như người lớn và chấp nhận thực tế. Hai cha con gặp nhau mỗi tuần nên cũng đỡ nhớ.

- Chuyện con cái như vậy tạm xong, Thúy hỏi, thế còn Hoan? Khi nào thì lại sang miền Đông tìm một cô vợ trẻ khác?

Hoan cười cười nói.

- Thôi, một lần đủ rồi. Mà nếu còn chưa sợ thì lần này tìm ngay đây, cần gì đi xa.

- Vậy Hoan đã chấm cô nào chưa?

Hoan không nói gì chỉ nhìn bạn cười hóm hỉnh làm Thúy bối rối ra mặt khiến Hoan phá lên cười.

- Đừng lo, không ai định theo Thúy đâu. Bà đã có Dave rồi!

Hoan không có ý theo Thúy và nàng cũng đã bỏ ý nghĩ trong đầu là mình còn thích Hoan hơn là một người bạn nhưng dường như điều đó chưa đủ để làm Dave tránh nghi ngờ. Làm sao mà chuyện Thúy đi hẹn cơm trưa với Hoan đến tai Dave. Tối về thấy mặt chồng không vui Thúy biết có chuyện chẳng lành nhưng chỉ nghĩ trong sở chồng có chuyện gì không hay xảy ra. Dave giữ bộ mặt hậm hực như thế cho đến tối mới đem ra tra vợ, lên án vợ đã cố tình đi với Hoan để trả thù vụ mình và Jennifer.

Cảm thấy bị chồng sỉ nhục, Thúy đau đớn và tức đến nỗi không đối đáp lại được, đó là nhược điểm của nàng. Sự im lặng của Thúy lại làm cho Dave cho mình là đúng. Bầu không khí trong gia đình trở lại tình trạng chiến tranh lạnh.

Trưa hôm sau, như thường lệ Hoan điện thoại lại rủ đi ăn nhưng Thúy giả vờ nói mình bận không đi được. Ngày sau đó cũng thế, Thúy vẫn nại cớ bận việc khất cho khi khác rồi dùng chữ *khi khác* thay vì *hôm sau*. Sau đó Hoan không còn gọi lại nữa. Thúy đâm giận bạn. Nếu cảm thấy có gì không ổn sao Hoan không hỏi mà tự tiện không gọi lại nữa. Tự nhiên Thúy cảm thấy cô đơn vô cùng, có cảm tưởng bị mọi người bỏ rơi, cô lập, nhất là Hoan. Không phải vì Hoan mà nàng đang phải chịu nỗi oái oăm sao? Thúy không còn ai để giao cảm. Mỗi trưa Thúy đi lang thang ngoài phố, đầu rỗng tuếch, bụng thì đói nhưng miệng nhạt lách không muốn ăn gì. Tối ở nhà, có đêm Thúy nói người không khoẻ bỏ lên lầu, đêm khác ngồi trước bàn ăn thì khều thức ăn. Dave ngồi đối diện mặt lạnh như tiền không hở môi nói một tiếng, chỉ thỉnh thoảng hỏi chuyện học với lũ con. Chương và Lan biết cha mẹ có chuyện nên chúng nó ăn nhanh rồi chạy tuột lên lầu. Sau bữa cơm, Thúy quơ đống chén dĩa bẩn nhét lẹ vào máy rửa chén rồi cầm ly nước trà, khoác chiếc áo khoác ra sân sau ngồi trong cơn gió lạnh cuối đông. Nàng ngồi đó không muốn vào nhà vì bầu không khí ngột ngạt bên trong. Thúy chỉ biết ngắm trăng và tìm một vì sao đổi ngôi. Bầu trời tháng ba ban đêm còn đen như mực, mây vần vũ không một vì sao. Thúy ngồi chờ mãi cho đến khi thật buồn ngủ mới đi vào. Có đêm nàng ngủ gục ngoài sân. Dave không thèm ra kêu vào.

~§~

Cuối

Đang gật gà gật gù trước bàn giấy, tiếng điện thoại reo vang làm Thúy giật bắn người. Mấy ngày nay ban đêm mất ngủ, Thúy hay ngủ gục trong văn phòng, ban đầu còn chống tay lên má nhìn chăm chăm lên những hàng chữ số trên mấy tờ *spreadsheets* nhưng mãi rồi chúng bắt đầu hoa lên và hai mắt nàng bắt đầu díp lại. Thúy tập được tài ngủ mà không nhắm mắt, mắt mở lờ đờ nhưng không có gì lọt vào con ngươi, tất cả mờ dần rồi nhòe đi. Thường thì Thúy ngủ như thế được vài phút rồi bừng tỉnh, đi pha một ly cà phê, làm vài động tác cho tỉnh ngủ. Nhưng hôm nay có một cú điện thoại khác thường.

- Hello, Thúy?

Một giọng ngờ ngờ quen. Chồng Jennifer! Mà ông ta gọi làm gì?

- Jack, đã lâu ông không gọi tôi. Hôm nay chắc ông định mua hay bán cổ phần hãng nào đây?

Thúy vừa nói vừa ngáp, giọng ồm ồm.

Jack đáp, giọng không được mấy vui.

- Không phải chuyện mua bán cổ phần. Tôi cần gặp bà gấp, có chuyện khác quan trọng hơn.

Linh tính báo cho biết nên gặp Jack ngay, Thúy bảo ông ta đến tiệm Max's Eat chờ. Nửa tiếng sau, Thúy đến nơi thấy Jack đã ngồi chờ sẵn tận bên trong. Ông ta không buồn chào, chỉ phác tay ra hiệu ngồi xuống. Trên bàn là một phong bì khổ lớn và dày cộm. Ngoài mặt phong bì là tên một công ty nổi tiếng đang bị khó khăn tài chánh trong thời gian gần đây. Thúy chăm chú đọc chữ trên phong bì rồi nhìn lên thấy Jack lắc đầu miệng thì cười gượng.

- Tôi mời bà đến đây không phải vì chuyện làm ăn mà có một chuyện quan trọng hơn bội phần nhưng trước khi đi vào chuyện, tôi muốn lưu ý bà những gì tôi sắp kể cho nghe và cho xem sẽ làm xúc động rất nhiều. Bà phải chuẩn bị tinh thần.

Ông hít vào một hơi dài như lấy bình tĩnh rồi hạ giọng nói tiếp, Jennifer và Dave đã tằng tịu với nhau, xong nhìn người đối diện như thể đo lường phản ứng rồi ngạc nhiên khi không thấy một nét ngạc nhiên trên mặt Thúy. Chắc ông nghĩ là Thúy không tin lời ông kể.

- Chắc bà không tin tôi. Dường như bà không lấy gì làm ngạc nhiên ... hay là bà ...

Thúy gật đầu nói.

- Phải, tôi đã biết nhưng đó là chuyện xưa cũ. Chồng tôi đã thú nhận và sau đó không còn gì với Jennifer nữa. Xin lỗi, tôi đã không cho ông biết gì về việc này, một gia đình bị lục đục là quá đủ. Chuyện đó đã qua rồi, hãy để nó qua luôn đi.

Đến lượt Jack ngạc nhiên, hỏi Dave và vợ mình đã đi lại với nhau bao lâu.

- Hai năm, rồi Thúy bắt đầu kể sơ cho ông ta nghe về mối tình vụng trộm của chồng và vợ ông và lần nàng phục kích họ tại nhà hàng Sky.

Nghe xong Jack cười nhạt.

- Vậy là bà không biết hết chuyện. Họ còn đi với nhau đấy.

Bây giờ đến lượt Thúy ngạc nhiên sững sờ nhìn Jack. Ông ta tay run run mở tấm phong bì, lấy ra một xấp giấy in computer đưa cho nàng.

- Đây là những *email* vợ tôi và chồng bà trao đổi với nhau. Mấy hôm nay cái *computer* của Jennifer bị trục trặc và nàng đã nhờ tôi sửa. Sửa xong máy, tôi kiểm lại cho chắc thì tình cờ thấy những *email* này. Tôi sắp xếp chúng lại theo thứ tự thời gian cho bà dễ theo dõi, có cả những email chồng bà gởi cho Jennifer.

Vừa cầm lấy xấp giấy từ tay Jack, Thúy khẽ thở dài.

- Biết thế tôi cho ông hay khi họ mới đi lại với nhau, nếu vậy có lẽ hôm nay mình không bị đau khổ.

Thúy đọc cái điện thư đầu do Jennifer gởi Dave trong một ngày trước Giáng Sinh năm ngoái. Những lời lẽ yêu đương lẫn gợi dục. Thư kế do Dave hồi âm, lời lẽ đằm thắm không kém. Nhưng email sau cũng chỉ tương tự.

- Họ chỉ trao đổi *email* tán nhau thôi, đáng quan tâm nhưng không đến nỗi nào.

- Chỉ trao đổi những lời tán nhau đã đủ bậy rồi nhưng họ đi xa hơn thế nữa. Để tôi cho bà xem cái này.

Nói xong Jack lấy lại xấp *email* trên tay Thúy, lục lọi xong lôi ra hai cái rồi dí vào mặt nàng.

- Họ ngủ với nhau bên New York. Xem đây!

Ngạc nhiên cùng cực, Thúy hỏi.

- Thật không? Chồng tôi nói là chính anh không biết vợ ông bay sang đó để thăm thân nhân bất thần bị bệnh nặng ... Ít ra đó là theo lời Dave.

Jack cười nhạt.

- Vợ tôi đi ngày hôm sau để tránh bị nghi ngờ, nói dối là người cô bị bệnh nặng gần chết phải đi gấp. Thật khốn nạn! Bà đọc đi rồi sẽ thấy.

Thật vậy, email Jennifer gởi cho Dave một ngày sau khi Dave đi New York về.

"Anh yêu,

Thật là một thời gian tuyệt diệu cho chúng mình bên đó. Nữu Ước thật đẹp nhưng mình có đi ngắm cảnh gì đâu nhưng chả sao. Mình có nhau rồi. Em thích anh yêu em. Em không đủ kiên nhẫn chờ một dịp đi như thế này nữa. Mong gặp anh sớm.

Hôn anh"

Thúy thẫn thờ đặt giấy xuống bàn. Dave đã dối nàng một lần nữa và lần này khôn khéo hơn. Chồng mình và tình nhân đã trải qua một đêm khoái lạc bên nhau trong một khách sạn sang trọng *downtown* Mã Nhật Tân. Sau khi Dave đã hoàn tất công việc sở, những giờ phút còn lại của chuyến đi là của hai người và họ chỉ chờ có thế. Sau hai năm trời không được nếm mùi nhau, ôm ấp nhau, cơn thèm khát hơi hướm và thân xác nhau phải lên tột độ.

Thúy không còn muốn xem tiếp mấy cái email còn lại đang nằm trơ trên trên mặt bàn như đang chờ được đọc tiếp. Bên kia bàn Jack đang nói gì nhưng hai tai Thúy lùng bùng không nghe rõ.

- Bà có nghe tôi nói gì không? Lần đi New York ấy không phải là lần duy nhất họ đi với nhau đâu. Tôi khám phá mấy cái email này được tuần nay nhưng chưa gọi bà ngay vì muốn kiểm chứng lại và tôi đã nghỉ việc hai hôm nay để theo dõi vợ tôi trong ban ngày vì ban đêm họ không hẹn nhau. Sau đó tôi bắt gặp họ đi ăn lunch tại nhà hàng Rosie cạnh xa lộ 880, bà biết nơi đó chứ?

Thúy gật đầu, chua chát nói.

- Ông đã thấy những gì?

Jack lắc đầu, dáng điệu chán nản, định mở miệng nói nhưng Thúy xua tay.

- Thôi ông không cần kể, tôi không còn can đảm nghe thêm bất cứ điều gì về họ.

Nói xong Thúy đứng lên cầm xách tay đi ra cửa, tai không nghe rõ những gì Jack vói theo sau lưng.

Lên xe Thúy lái vòng vòng quanh thành phố không đi chỗ nào nhất định. Đầu óc nàng như trống rỗng không một ý nghĩ vì không biết mình nên nghĩ gì. Thúy muốn khóc mà khóc không được, mà khóc vì tức hay vì buồn, vì bị phụ bạc, bị lừa dối? Vì tất cả. Thấy trước mặt có một công viên vắng người, Thúy tấp xe vào lề đi lại ngồi xuống một băng ghế đá dưới mấy tàng cây. Nàng cần sự yên tĩnh bên ngoài để định thần lại bên trong hầu biết mình sẽ phải làm gì. Một cơn gió thổi qua vương vấn cái hơi lạnh còn đọng lại của mùa đông, Thúy rùng mình kéo cổ áo khoác lên cao. Mùa Xuân Cali đang đến. Dưới bầu trời xanh biếc cao vút, vạn vật như tưng bừng sức sống sau ba tháng mưa dầm dề lạnh buốt nhưng trong lòng Thúy bây giờ chỉ có cái lạnh lẽo của cô đơn.

Tiếng một đứa trẻ khóc gần đó. Một cặp vợ chồng trẻ đang đẩy một chiếc xe con trên con đường đất sau lưng. Tiếng khóc đứa bé từ trong xe đẩy vọng ra. Cặp vợ chồng ngừng chân. Cô vợ cúi xuống bế đứa bé ra. Hai người ngồi xuống thảm cỏ gần đó xong lấy sữa ra cho con bú.

"Họ trông thật hạnh phúc giống như mình và Dave hai mươi năm về trước khi mình mới sinh đứa con đầu."

Không muốn nhìn hạnh phúc của người khác như là một nhắc nhở về nỗi ê chề của chính mình, Thúy đứng lên đi lại một cái ghế khác gần hồ nước. Nhìn giòng nước phun lên từ một cái vòi giữa hồ, Thúy thấy trong đó khuôn mặt Dave, rồi Jennifer, và mấy đứa con nhưng sao không có chính nàng ở trong đó. Rồi một khuôn mặt khác từ từ hiện ra, Hoan. Đúng là Hoan! Thúy chợt thấy nhớ và cần Hoan vô cùng.

"Mình cần gặp và bắt Hoan nghe nỗi khổ đau bẽ bàng của mình bây giờ và muốn Hoan an ủi vỗ về mình. Hơn ai hết, Hoan là người thông cảm được tình cảnh của mình vì đồng cảnh ngộ và sẽ chỉ bảo mình phải làm những gì."

Mở sắc tay tìm *cell phone* để gọi Hoan, Thúy mới nhớ mình để quên trong văn phòng, hấp tấp đứng lên đi ra xe về sở. Vừa đến cửa văn phòng thì con Nancy chạy đến với một nụ cười thật tươi.

- Mày đi đâu nãy giờ làm cái ông Việt Nam đó chờ dài cổ. Ông ta mới đi tức thì.

Thúy tự tức mình vì biết mới hụt gặp Hoan.

- Ông ấy có để lời nhắn không?

- Ông ta viết cho mày cái *note*, tao để trên bàn mày.

Bỏ Nancy đứng đó, Thúy chạy nhanh lại bàn giấy. Cái *note* Hoan viết nằm đó, nét chữ thẳng đẹp. Thúy run run cầm lên đọc.

"Thúy thân,

Xin lỗi đã lâu không gọi Thúy. Hoan không muốn dài giòng, chỉ muốn cho Thúy biết niềm hạnh phúc tìm lại được. Hoan và Chi đã trở lại với nhau. Hôm nay mình đến để đi ăn trưa với bạn lần cuối rồi sẽ đi xa. Tụi này đã thu xếp để dọn nhà về miền Đông cho gần gia đình bên vợ. Hoan muốn có một đại gia đình cho con mình. Sẽ cố gọi Thúy một lần nữa trước khi đi xa.

Chúc Thúy và Dave luôn hạnh phúc.

Hoan"

Thế là mất hết. Nguồn an ủi duy nhất đã nói vĩnh biệt, sẽ chắp cánh bay xa như bao năm về trước. Thúy buồn bã gập tờ giấy lại cho vào ngăn kéo. Cơn buồn ngủ quen thuộc kéo đến. Thúy thẫn thờ nhìn những hàng số trên *Excel preadsheet*, những con số bây giờ lạnh lùng và vô nghĩa. Chúng dường như bắt đầu di động, trông như đang nhảy múa trên màn hình. Chắc chúng đang vui đùa diễu cợt vì biết rằng giờ đây Thúy chẳng còn ai che chở, chẳng còn ai làm chỗ nương tựa.

~ HẾT ~

Tư 2003

Thùng sách

Đêm hôm đó, nằm cạnh Thê nhưng tâm tư Linh dồn hết cho Hằng. Phần Hằng trong căn phòng bên cạnh đã thao thức suốt đêm nghĩ đến Linh. Cách nhau bởi bức tường nhưng hai tâm hồn đã gặp lại nhau, giao với nhau, vuốt ve nhau và vỗ về nhau.

1

Đã gần sáu giờ chiều, ánh nắng đã dịu xuống. Thỉnh thoảng một ngọn gió mát thổi đến đem lại một cảm giác thật thoải mái dễ chịu. Đó là điều may mắn cho Hằng vì hôm nay là ngày dọn đến đây và dọn nhà một mình, không ai giúp.

Đứng dưới chân cầu thang nhìn lên căn phòng mới thuê trên lầu ba của cái chung cư năm tầng, Hằng thấy ngao ngán. Miếng giấy với hàng chữ viết tay *Elevator out of order* được dán bằng một miếng băng keo trên tường đong đưa trong gió. Miệng lầm bầm chửi, Hằng bặm môi cúi xuống cố nhấc cái thùng giấy nặng chình chịch lên nhưng mới đi lên được vài bậc thang cấp thì vội đặt thùng xuống vì nó sắp tuột ra khỏi tay nhưng quá trễ. Cái thùng đổ nghiêng xuống đất rồi mọi thứ bên trong văng ra tung toé, cái nằm vương vãi, cái rớt qua những kẽ bậc cấp và rớt xuống lầu dưới. Hằng ngồi phệt xuống, hai tay bưng mặt chán nản muốn bật khóc. Một tiếng đồng hồ qua và sau gần mười thùng đổ, đây là thùng cuối, và nó sắp làm nàng phải chạy xuống dưới để nhặt từng miếng của cải mỗi nơi một cái.

- *Do you need help?* Cô cần tôi giúp không?

Hằng nhìn xuống dưới cầu thang nơi câu hỏi đó đi lên. Khuôn mặt một người đàn ông á đông đeo kính trắng đang ngước lên nhìn chờ câu trả lời. Mừng như người chết đuối gặp phao, Hằng vội đáp.

- *Yes, please.*

Sau vài phút, người đàn ông đi lên, tay khệ nệ bưng một chồng sách trên đặt vài thứ linh kinh khác. Hằng vội đưa ra cái thùng giấy, bây giờ vơi còn gần nửa.

- *Please put them in here.* Xin ông cho vào thùng.

- Cô mới dọn đến đây? Tôi biết cô người việt vì thấy tên trên sách.

- Dạ phải, tôi mới dọn đến hôm nay, phòng 315.

- Phòng tôi số 316, sát phòng cô. Sẵn đi lên để tôi khiêng cái thùng lên cho.

- Cám ơn ông.

Người đàn ông khệ nệ khiêng thùng sách đi trước lưng khòm xuống tự giới thiệu tên là Linh.

Đến trước phòng 315, Linh hất hàm về căn bên cạnh.

- Căn của tôi đó, tôi và bà xã ở đây được hơn hai năm.

Hằng mở cửa phòng, đứng sang một bên để Linh vào.

- Nhờ anh đặt giùm cái thùng lên trên bàn. Dạ, cái bàn đó, rồi, cám ơn anh nhiều. Mời anh ngồi chơi.

Linh cười.

- Thôi, để lát nữa tôi và bà xã tới thăm láng giềng mới, giờ chắc cô bận dọn dẹp trước đã.

Hằng thành thật nói

- Vâng, vậy thì tốt, chốc mời anh chị qua chơi hay tôi ghé sang bên đó. Bây giờ anh thấy đó, tùm lum hết, phải dọn dẹp, không biết chừng nào xong.

Nụ cười thông cảm trên môi, Linh gật đầu rồi đi ra. Còn lại một mình, Hằng xắn tay áo lên và bắt đầu thu xếp căn phòng thuê mới dọn đến.

. . .

- Đói bụng quá, có gì ăn không em?

Linh vừa đẩy cửa vào nhà vừa lên tiếng. Thê từ phòng trong đi ra, lại gần chồng rồi dí một ngón tay lên trán măng.

- Anh mới về, chưa hỏi thăm con đang ốm mà đã lo đòi ăn.

- Ừ, để anh vào xem con trước đã, trong khi đó em dọn cơm ra rồi mình ăn.

Sờ tay lên trán đứa con gái ba tuổi, Linh thấy nó đã bớt nóng, cúi xuống hôn nhẹ lên trán con rồi đi ra. Thê đang dọn cơm tối ra bàn.

- Em có biết là mình có hàng xóm mới? Linh hỏi.

- Phòng sát mình hả anh? 315?

- Ừ, một cô người việt mới dọn đến, mới đến tức thời. Anh đã gặp cô ấy ở ngoài hành lang. Tội nghiệp, con gái dọn nhà một mình, chả có ai giúp. Làm rớt đồ tùm lum tà la. Chắc hồi đó em cũng vậy.

Thê vênh mặt cười.

- Em thì khác, đã có mấy chàng Mễ to lớn giúp.

- Anh quên, em *hot* lắm. Bao nhiêu chàng trong khu em ở trước kia phải điêu đứng vì em.

Ăn xong, Linh rửa chén xong bảo vợ mình phải chạy vô sở chừng hai tiếng để xem lại cái *system*.

- Em ở nhà trông con, ngoan thì thứ bảy này mình đi nhảy.

Thê lắc đầu, nhảy nhót cái gì, già ba bốn chục rồi, nhưng dẫn em đi sắm quần áo thì được. Linh cười, lắc đầu xong hôn lên má vợ rồi đi ra. Thê ngồi xuống bật máy truyền hình lên xem, một thói quen từ ngày bỏ việc làm để ở nhà lo cho con. Một năm sau khi sanh được con Tị, Thê đi làm trở lại nhưng không chịu được cảm giác nhớ con. Ngồi trong sở tám tiếng một ngày, nàng ngắm hình con luôn, đầu óc thì lơ đãng đâu đâu. Vài tháng sau, nàng nói thẳng xếp mình nghỉ việc. Xếp tiếc hùi hụi, một phần Thê làm việc rất giỏi, một phần nàng là gái một con trông mòn con mắt. Từ đó nàng là bầu bạn với cái máy truyền hình từ sáng đến tối ngoại trừ những lúc chồng ở nhà.

Đang chăm chú theo dõi một thiên phóng sự về những vụ án mạng, Thê giật bắn mình khi có tiếng gõ cửa. Mở cửa ra thấy một thiếu nữ Á Đông rất trẻ, Thê đoán đó là cô hàng xóm mới.

- Chào cô, cô mới dọn đến đây?

- Dạ phải, chắc anh đã nói với chị? Người thiếu nữ trả lời.

- Ừ, ông xã tôi có kể lại. Anh ấy đi làm rồi. Mời cô vô trong.

- Không dám phiền chị đâu, để sáng mai em sang.

Nhưng Thê đang lúc này chán không có gì làm, mấy chương trình phát hình không có gì đặc sắc, có những cái được chiếu đi chiếu lại, đã xem cả chục lần. Thế là Thê mở toang cửa ra rồi tự nhiên nắm tay cô hàng xóm mới lôi vào.

- Đừng khách sáo, vào chơi đi. Anh Linh phải vào sở làm lại. Tôi không bận, cô vào chơi.

Hằng miễn cưỡng bước vào đưa mắt quan sát căn *apartment*. Sạch sẽ, ngăn nắp. Chủ nhà mời khách ngồi xuống ghế xong khơi mào.

- Lúc nãy ông xã tôi nói đã gặp cô ngoài kia. Cô tên gì nhỉ?

- Hằng. Anh không nói chị?

- Không, chắc ảnh quên. Ăn xong phải chạy vào sở vài tiếng rồi về, cũng may sở không xa lắm. Cô ở đâu đến?

- Trước kia thì ở Washington. Mới tìm được việc làm ở vùng này nên dọn về.

Thê đứng lên đi vào bếp, trở ra với hai ly nước ngọt trên tay. Hằng vẫn ngồi khép chân đặt hai tay trên đầu gối nhìn quanh.

- Căn ắp-pạc của chị xinh quá. Chị thật khéo tay bày biện.

- Tôi chỉ ở nhà, có nhiều thì giờ làm mấy chuyện này. Mà Hằng tìm được việc hãng nào vậy, biết đâu nghe tên tôi nhận ra vì ở đây cũng khá lâu, độ bốn năm.

- Hãng California Imaging Systems ...

Thê cướp lời, trên đường số Bốn phải không?

- Đúng thế, chị rành quá.

- Hằng làm gì?

- Em làm trong ngành quảng cáo. Em mới học xong ngành quản trị thương mại. Hãng cho người đến trường tuyển mộ, em may mắn được nhận vô.

- Hằng giỏi quá. Tôi cũng theo đuổi cái bằng bốn năm đó bao lâu nay mà không được. Rồi có con, thế là dẹp hết.

Cô hàng xóm mới cười nhũn nhặn trước lời khen của Thê. Nàng uống một miếng nước rồi hỏi về Linh. Thê nói chồng là chuyên viên điện toán cho một xưởng chuyên sản xuất những giàn máy trò chơi điện tử. Hãng này không xa hãng của Hằng, chỉ cách vài con đường.

- Khi nào thì Hằng bắt đầu làm?

- Hai tuần nữa, mình lên đây sớm để mình sắp xếp nhà cửa cho xong trước.

Ngồi nói chuyện được gần nửa tiếng thì Hằng ra về. Phần Thê thì thấy vui trong lòng vì có thêm một người láng giềng mà lại là đồng hương. Trong khu chung cư này chỉ có gia đình nàng là việt. Bây giờ được hai. Ít ra là trong hai tuần nữa sẽ có người để nói chuyện. Thê đã định bụng rủ rê cô bạn mới đi la cà mấy cái thương xá để mua sắm cho căn phòng mới thuê.

. . .

Sáng hôm sau ngay vừa khi chồng bước ra cửa đi làm, Thê đã chực chạy sang nhà Hằng để tán gẫu nhưng thấy ngại vì sợ cô hàng xóm mới còn ngủ, đành cầm tách trà ra ngồi bên bàn bếp sát cửa sổ vì từ đây có thể thấy cái hành lang dễ dàng, thấy được ai ra vô.

Đang nhâm nhi tách thứ nhì thì Thê mới thấy cửa nhà bên cạnh xịch mở. Cô hàng xóm mới chắc định đi đâu nên thấy ăn mặc tử tế. Thê vội đi ra hành lang gọi.

- Hằng mới dậy?

- Lâu rồi chị, định chạy ra phố tìm gì ăn. Trong nhà chả có gì.

Thê chụp tay Hằng kéo về căn mình.

- Vào đây, nhà chị lúc nào chả có thức ăn.

Hằng đành phải đi theo vào tận trong bếp, ngồi xuống chờ Thê làm một tô bún.

Trong khi Hằng ăn, Thê đề nghị đi shopping vì mới dọn qua đây thế nào mà chả cần mua sắm vật dụng trong nhà. Đang lớ ngớ nơi quê lạ xứ người giờ tự dưng được người địa phương tình nguyện làm hướng đạo thì còn gì sướng bằng, Hằng nhận lời ngay. Thê đánh thức con dậy, làm vội chai sữa nhét vào một cái bị đựng vài thứ cần dùng cho con nít xong cùng Hằng xuống bãi đậu xe chung cư.

Một lúc sau.

- Ở đây cái gì cũng đắt quá chị ơi! Hằng than.

Hai người đang đi lòng vòng trong thương xá. Thê đẩy một chiếc xe trẻ con chở đứa con gái. Họ đứng trước một cửa tiệm bán vật dụng dùng trong nhà bếp.

Hằng lắc đầu, chị xem, ba cái nồi với chảo kia, chỗ em chỉ độ hai chục, ở đây hơn năm chục.

- Đây là vùng Vịnh mà Hằng, bởi vậy hãng trả lương cao hơn nơi khác. Hay là vầy, Hằng mới ra trường, chưa rủng rỉnh tiền bạc, cứ qua nhà chị ăn cơm, đến cuối tuần thì anh Linh chở đi chợ trời mua đồ rẻ hơn. Nói là đồ chợ trời chứ mới toanh à, bây giờ Hằng chỉ mua cái gì thật cần thôi.

Hằng gật gù đồng ý. Là sinh viên mới ra trường, mới trả hai tháng tiền nhà thì có còn bao nhiêu tiền nên phải tiêu xài cẩn thận. Thê mua hai cây kem, đưa cho Hằng một cái xong rủ lại ngồi nghỉ trên một cái băng con trong góc thương xá, ngồi liếm kem nhìn thiên hạ qua lại.

Hai giờ đồng hồ sau, hai người về lại chung cư. Thê nói để mình sang bên ấy giúp sắp xếp bày biện, Hằng vui vẻ nhận ngay.

Cả ngày hôm ấy, Thê ở trong ắp-pạc Hằng, đưa ý kiến về cách bày biện nhà cửa. Quen nhau chưa được một ngày mà hai người đàn bà hàng xóm đã trở thành thân, cởi mở với nhau, cảm thấy gần gũi, kể cho nhau tất cả về gia đình mình. Hằng thấy hạnh phúc vô cùng. Từ một nơi xa xôi đến, tứ cố vô thân, người thân sống gần nhất cũng xa cả trăm dặm đường, nay quen một đồng hương tốt bụng và gần như xem mình như em thì còn gì hơn. Trước đó, Hằng những tưởng mỗi ngày đi làm về, nàng sẽ thui thủi cu ky một mình, sẽ sống một cuộc sống cô đơn cho đến ngày bảo lãnh cha mẹ sang. Hằng rất sợ cô đơn. Khi còn là sinh viên nội trú trước khi ra trường, Hằng có rất nhiều bạn, không một cuối tuần nào mà không đi chơi chung rồi lắm lúc còn được bạn mời về nhà ngủ đêm và trở thành thân luôn với gia đình bạn. Ngày Hằng lên đường về Cali, cả lũ con gái ra quán cà phê tụ họp lần cuối. Cả lũ ngồi buồn so, sợ sẽ không bao giờ gặp lại nhau. Đời sống bên này là vậy. Học xong là đường ai nấy đi. Hằng là đứa xui nhất vì mấy đứa kia tìm được việc làm gần nhau trong khi nàng một mình phải tha phương xuôi Nam. Bây giờ gặp gia đình Thê thì như vớ được phao. Gia đình này sẽ là chỗ nương tựa tinh thần cho mình cho đến khi đem được cha mẹ qua theo diện đoàn tụ gia đình.

- Bé Tị xinh ghê, hả chị.

Hằng lên tiếng khen lúc đang chơi với đứa bé gái. Con bé ba tuổi coi bộ cũng thích người dì hờ, nó đùa dỡn với Hằng một cách dạn dĩ và vui vẻ.

Phần Thê cũng thấy một niềm hạnh phúc mới. Khi mới bỏ sở để ở nhà với con, Thê thấy tràn trề hạnh phúc, thỏa mãn với chính mình vì đã hy sinh nghề nghiệp để có thể lo lắng cho con trọn vẹn. Ở nhà được hơn năm mọi việc bắt đầu thay đổi. Tất cả những gì làm hàng ngày rồi trở thành *routine*. Nàng làm những chuyện ấy theo thói quen như người máy. Có lúc không có gì hay trên truyền hình để xem, Thê chơi với con cho đến lúc nó đi ngủ xong nàng chỉ biết ra ngồi bên bàn bếp nhìn xuống đường chờ Linh về. Đôi khi nàng tự hỏi không biết quyết định nghỉ ngang có là một quyết định đúng hay không. Khi con Tị lớn đủ để đi học, nàng sẽ làm gì. Trên *résumé* khai là mình ở nhà trông con ba năm thì ai mà mướn nữa. Bây giờ có Hằng và cô bạn mới sẽ trám những lỗ hổng thời gian đó.

Bữa cơm tại nhà Thê buổi tối hôm đó thật vui nhộn. Vừa thêm người, vừa thêm món. Có Hằng giữ con giùm, Thê trổ tài nấu thêm vài món đặc biệt. Linh cũng vui vì được ăn ngon vừa vui lây cái vui của hai người kia. Linh ít nói, chỉ nhìn vợ mình và cô hàng xóm mới nói huyên thuyên với nhau với cảm tưởng là mạnh người nào người đó nói, không ai nghe ai.

"Miễn sao Thê vui là được," Linh nghĩ thầm như vậy nhưng đồng thời lo trong bụng cho nỗi vui mới tìm được của vợ. Nỗi vui này chỉ là tạm bợ vì chỉ hai tuần nữa thì Hằng đi làm thì Thê sẽ lại cô đơn như xưa. Không những thế, nhìn Hằng mỗi ngày diện đẹp, vui vẻ lên xe đi làm, Thê lại thấm thía hơn. Linh lắc đầu cố xua đuổi những ý nghĩ vu vơ đó, hòa nhập vào cuộc nói chuyện đang nổ như pháo.

~§~

2

Mấy hôm nay trời nóng trở lại. Hồ bơi của chung cư bắt đầu đông hơn. Linh vừa vào trong khu hồ tắm thì đúng lúc Hằng từ dưới nước trồi lên. Những giọt nước lóng lánh trên làn da sạm nắng. Hằng ngửa mặt lên vuốt mái tóc cắt ngắn ra sau gáy, vắt nước chảy dài xuống lưng. Bộ ngực nảy nở của nàng căng phồng lên, những đường cong hằn rõ dưới lớp vải mỏng của phần trên bộ áo tắm hai mảnh đen. Hằng đi lại chỗ để khăn tắm của mình nằm xuống lấy cặp kính mát đeo lên, ngửa mặt lên để hứng những ánh nắng buổi chiều chiếu rực xuống.

Linh lại gần trải khăn lông rồi ngồi xuống. Nghe tiếng chân người, Hằng mở mắt ra.

- Anh mới ra?

- Ra lâu rồi nhưng bận ngắm Hằng, Linh nói đùa.

Hằng lườm một cái.

- Anh ghê nhỉ. Chị đâu?

- Bà ấy sắp xuống, đang sửa soạn cho con nhỏ.

- Sao anh không giúp chị một tay?

- Không cần đâu, chỉ mặc cái áo tắm cho con Tị thôi. Hằng bơi giỏi lắm, học ở trường hả?

- Đâu cần phải vào *college* Mỹ mới tập bơi. Hằng biết bơi từ Việt Nam, chuyên đi bơi sông với bạn.

Đúng lúc đó có tiếng vợ con gọi sau lưng, Linh vội đứng lên đi lại.

- Em chơi với Hằng đi, để anh tập cho con bơi.

Chỉ chờ cho chồng nói thế, Thê bỏ con, tay cầm khăn tắm, tay xách túi đồ đi te te lại chỗ Hằng. Hai người đàn bà lại bắt đầu nói chuyện như họ đã nói chuyện trong suốt gần hai tuần qua.

Vừa được đưa xuống nước, bé Tị thích thú vô cùng, con bé quơ tay đạp chân như muốn bơi ngay xong dùng hai tay tạt nước lên mặt cha. Linh tạt nhẹ lại làm nó cười ré lên thích thú.

- Anh Linh coi bộ thương con nhiều hé chị.

- Ừ, nhiều đến độ có lúc chị tự hỏi không biết anh ấy thương ai hơn, vợ hay con.

Đùa với con dưới nước được một lúc khá lâu, Linh đưa con bé lên bờ bảo đi lại mẹ, nói vợ trông con để mình bơi vài vòng.

Thấy Hằng vẫy tay chào mình, Linh cười hớn hở chào lại xong nhảy ùm xuống nước trong khi Tị đang được mẹ lấy khăn lông lau cho khô. Con bé giựt tay ra, chạy lại ngồi xuống cạnh Hằng. Nàng ôm nó gọn vào trong lòng, hôn lên hai cái má phúng phính của nó.

- Không biết bao giờ em mới được một đứa dễ thương như Tị đây.

- Hằng đẹp mà, thế nào cũng đẻ con đẹp như mẹ.

- Còn tùy chị ơi. Nếu chồng xấu thì chưa chắc con đã đẹp như mẹ.

- Hằng nói anh Linh đẹp?

Hằng nghĩ ngợi xong đáp.

- Anh ấy trông cũng được, không tệ như mấy tên Việt Nam trên chỗ em.

- Cho Hằng đấy, giữ ông ấy đi. Thê đùa.

Hằng đỏ mặt lên giẫy nẩy, chị đùa kỳ quá, trong khi mắt nhìn theo Linh đang bơi sải dưới nước đến cuối hồ đứng lại vuốt mặt xong lại nhào xuống bơi tiếp. Bề ngoài Linh trông điển trai, cao so với tầm vóc trung bình người Việt, không gầy gò ốm yếu như đa số đàn ông ta. Về tính tình, Hằng thấy Linh là một người cha và chồng tốt, có tính hay bông đùa nhưng rất đứng đắn nhưng có điều là đi làm tối ngày. Gần hai tuần nay, Hằng chỉ gặp ông hàng xóm vào mỗi tối khi qua nhà bên cạnh ăn cơm và ngay cả vậy ông ta về rất trễ sau bữa cơm. Cái cuối tuần vừa rồi cũng không thấy mặt đâu dù đã hứa dẫn đi chợ trời. Thê phải sang xin lỗi, nói là ở sở người ta bất thần gọi nên phải chạy vào.

Những giọt nước lạnh bắn vào mặt và tiếng cười ròn tan làm Hằng bừng tỉnh. Linh đứng sừng sững trước mặt đang vảy tay cho văng nước vào hai người đàn bà và bé Tị bị vợ cằn nhằn, lạnh thấy cha đi.

- Đã xuống đây thì bơi chứ trốn ngồi trong mát thì ở nhà sướng hơn, Linh đáp xong quay sang Hằng, còn cô này bơi nữa không?

- Nữa chứ nếu anh xuống ... thì xuống theo.

Câu nói nửa thật nửa đùa. Phần nói đùa để trêu Thê về câu đùa lúc nãy, phần nói thật khi thấy những bắp thịt rắn chắc trên thân thể Linh.

- Vậy thì bơi nữa

Linh nói xong đưa tay ra nắm tay Hằng lôi lại hồ bơi rồi hai người cũng ngã xuống nước một lượt.

Bơi mệt xong Hằng lại chỗ mấy bậc cấp nơi Linh đang ngồi. Linh khen Hằng bơi giỏi chứ không như vợ mình.

- Tại anh không tập cho chị ấy, Hằng trách.

- Tại bà ấy không thích nước đấy.

"Không thích nước mà bữa nay lôi con xách đồ xuống hồ, chắc là để canh chừng chồng," Hằng nghĩ nhưng vội xua đuổi tư tưởng đó đi, "mình bắt đầu suy nghĩ lảm nhảm rồi."

~§~

3

"Hè gì mà cứ như mùa Thu," Thê rủa thầm khi đang ngồi chỗ ngồi cố hữu mọi ngày, cũng cái bàn sát cửa sổ bếp ngó ra đường nhâm nhi tách trà nóng bốc mùi thơm. Hôm nay là thứ sáu của tuần lễ đầu tiên Hằng đi làm. Thê lại bầu bạn trở lại với cái máy truyền hình. Cũng chỉ ba cái *soap operas* và mấy chương trình *game shows* chán phèo. Vừa xem vừa nghĩ đến hai tuần lễ vui nhộn qua, Thê thấy chán nản ngồi thừ ra đó đầu óc mông lung. Con gái còn đang ngủ trong phòng, không phải lo gì cho nó cả tiếng đồng hồ nữa.

Sáng sớm nay khi đưa Linh ra cửa đi làm, Thê gặp Hằng cũng vừa đi ra. Cô bạn trẻ mặc một cái váy đen cao vừa hơn đầu gối một ít, để hở hai cánh tay trần và trang điểm sơ trông thật xinh. Nụ cười thật tươi trên đôi môi đánh son đỏ lạt càng làm nàng trông xinh hơn. Hằng chào vợ chồng Thê xong đi thẳng xuống bãi đậu xe.

- Hằng sáng nay trông đẹp tệ, hả anh? Thê hỏi chồng.

- Ừ, đẹp.

Câu trả lời của Linh có vẻ hững hờ kèm theo cái hôn lên má vợ. Thê đứng trên lan can nhìn theo chồng và Hằng xuống đến bãi đậu xe, xe hai người tình cờ đậu sát nhau nên cả hai trao đổi vài câu trước khi lái đi. Nhìn họ đứng cạnh nhau, Thê chợt có nhận xét cả hai trông thật xứng đôi, chỉ có cái Linh hơi lớn tuổi nhiều so với Hằng.

"Nếu Linh xứng với mình hơn nghĩa là mình già hơn Hằng nhiều."

Với ý nghĩ đó, Thê đi vào phòng tắm bật đèn lên ngắm mình trong gương rồi đưa mặt lại gần hơn, hơi giật mình khi thấy hai ba sợi tóc bạc trên đầu. Nhìn sát hơn nữa, một vài nét nhăn nhỏ cuối khóe mắt. Thê đi vào phòng ngủ, đứng trước tấm gương lớn gắn trên cửa tủ quay người tới lui ngắm nghía. Cặp đùi có to ra một ít, bụng hơi phì, ngực hơi xệ. Nàng cởi áo, ở trong không mặc xú chiêng. Cặp nhũ hoa nàng to hơn sau ngày sanh con Tị nhưng lại bị xệ vì con bé bú quá. Chỉ có cặp mông như hãy còn đẹp, tròn trịa và săn.

"Mình bệ rạc thật, suốt ngày chỉ ngồi một chỗ, mụ người đi. Phải chăm sóc diện mạo hơn mới được. Rồi tập thể dục nữa, có lẽ đi *gym*."

Đó là quyết định của Thê.

Tối hôm đó trong bữa ăn, dĩ nhiên có cả Hằng, Thê thông báo sẽ ghi tên tập thể dục. Linh thì có vẻ ngại, còn con Tị thì sao?

Hằng tán thành ý kiến đi *gym* ngay, lên tiếng nói đỡ cho Thê.

- Không sao đâu, ở mấy phòng thể dục người ta giữ trẻ cho mình mà.

Thấy chồng vẫn còn lo, Thê đề nghị đi tập vào buổi tối vì lúc đó chồng đã đi làm về và cô hàng xóm có thể phụ một tay. Linh miễn cưỡng chấp thuận. Thế là sáng thứ bảy Linh dẫn Thê lại một phòng *gym* trong thương xá gần nhà ghi tên. Nhìn tên thư ký kéo cái thẻ tín dụng, Linh bảo vợ, vậy là đi đong hai trăm bạc, em phải tập làm sao có bắp thịt đó nghe!

- Anh đừng lo, một tháng sau là em dư sức nắm anh ném xuống sân dễ dàng. Anh cũng phải lo tập tành đi.

Linh ừ hử cho qua chuyện.

. . .

Mồ hôi chảy dài từng giòng trên mặt Thê xuống đến người ướt nhẹp nhưng nàng bặm môi tự nhủ, chỉ còn một dặm nữa thôi. Thê đang đạp chiếc xe đạp tại chỗ trong phòng tập thể dục, đã đạp được hai dặm, mệt bở hơi tai nhưng không muốn bỏ cuộc. Đến hôm nay đã tiến triển thấy rõ. Ngày tập đầu tiên không phải dễ. Kéo mấy cục tạ được năm phút là đôi tay muốn rụng, hai cánh tay như không còn dính vào người nữa, chúng không còn nghe mệnh lệnh từ óc đưa xuống. Đạp xe đạp được nửa dặm thì cặp chân rã rời, có lúc bàn chân trượt khỏi cái bàn đạp làm xiểng niểng. Thê muốn bỏ về nhưng nghĩ lại hai trăm đô mình mới tiêu nên lại bặm môi cố gắng tập tiếp.

Ban đầu cứ mỗi đêm đi tập về là Thế than thở luôn miệng, bắt Linh phải bóp dầu và đấm lưng nhưng ba tuần sau thì nàng là một con người mới, mới trong người thôi vì bề ngoài thì vẫn vậy, chân vẫn còn hơi mập, bụng vẫn hơi xệ, vú chưa săn lên nhưng có cảm giác khoẻ khoắn trong người, đi đứng nhanh nhẹn, làm việc nhà thấy không còn mệt nhanh như trước. Cái mà Thế thấy thay đổi rõ nhất là mức độ thèm xác thịt gia tăng, đòi hỏi chồng thường hơn trước. Khi làm tình, Thê làm mạnh hơn và cuồng hơn. Có đêm nàng đòi đến mấy lần làm Linh rã rời, nghĩ chắc mình rồi cũng phải đi *gym* để bắt kịp vợ.

- Chị tập khá lắm.

Thê nhìn sang bên cạnh. Người đàn ông ngắm nghía gật gù ra vẻ thán phục. Hãnh diện, Thê cười đáp lại.

- Cám ơn anh, mình phải ráng.

Người đàn ông đồng hương để ý đến Thê từ ngày đầu tiên nàng đến đây. Bị hắn lại gần vài lần gạ chuyện nhưng Thê chỉ lịch sự trả lời qua loa. Thê không để ý nhiều đến hắn, chỉ biết qua những lần nói chuyện ngắn ngủi tên hắn là Huy, đã tập tại phòng thể dục này từ lâu và thường chứng tỏ bằng cách gồng lên những bắp thịt cuồn cuộn mỗi lần đi ngang chỗ nàng đang tập. Ngoài ra, Thê còn biết hắn là một quản trị viên trong một hãng điện tử lớn với nhiều quyền hành.

- Hôm nay chị đạp được mấy *miles*? Huy gạ chuyện.

- Ba.

Huy gật đầu khen.

- Đối với người mới tập vậy là khá lắm!

Thê chợt nổi nóng.

- Chứ bao nhiêu *miles* mới là giỏi thật?

Cười giả lả, Huy lắc đầu nói.

- Chị nóng tính quá, tập thể dục là tập theo sức mình. Không người nào như người nào, không so sánh được. Không phải mình thấy người bên cạnh đạp năm hay mười dặm thì mình cũng phải đạp năm hay mười dặm.

- Vậy tại sao anh mới dám nói, đối với người mới tập vậy là khá lắm?

- Đó là mức trung bình theo nhận xét riêng. Tôi thấy là chị có *potential* lắm nếu tập đúng phương pháp.

- Anh bảo tôi tập sai phương pháp?

- Đúng vậy. Tôi để ý lối tập của chị từ lâu. Mới đầu chị kéo tạ 10 *pounds* 12 *reps*. Nặng quá, chị tụt xuống 8 *pounds* 10 *reps*. Như vậy làm sao chị đo lường được mức tiến bộ. Chị phải khởi sự tạ nhẹ trước rồi từ từ tăng lên. Hơn nữa, tôi để ý thấy chị quan tâm nhiều về trọng lượng của tạ hơn là về *posture*, tức là cái thế.

- Thế?

- Phải, thế, cách đứng, cách nâng tạ vân vân. Thế mà đúng thì tập lên lắm, thế sai dù nhiều *reps* cũng chẳng ích lợi gì, mà còn hại người.

Thê xuống xe đạp, lấy khăn lau mồ hôi trên người và lau ghi-đông xe.

- Để tôi chỉ chị mỗi lần chị đến, mướn *personal trainer* tốn lắm chị. Giờ đầu thì *free* nhưng sau đó tụi nó *charge* cả ba chục đô một giờ.

Thê ngẫm nghĩ rồi đáp, cũng được, bắt đầu ngày mai.

. . .

Tối nay Hằng đi làm về trễ. Vậy mà khi đi ngang cửa sổ bếp nhà hàng xóm nhìn vào Hằng chỉ thấy Linh đang dỗ con ăn. Không bóng dáng Thê đâu. Hằng nghĩ sao, gõ lên cửa.

- Chị có nhà không anh?

- Còn ở *gym*. Hằng vào ăn cơm đi. Chị nấu sẵn rồi.

Hằng đặt cái cặp xuống ghế rồi tự nhiên vào bếp lấy cơm ăn. Con Tị tụt xuống ghế chạy đến Hằng, bị cha mắng, con để dì ăn cơm đã.

- Để Hằng cho Tị ăn, anh ơi! Thấy anh cho cháu ăn sao khổ sở quá.

Nói xong Hằng cởi cái áo khoác treo lên thành ghế, sắn tay áo sơ-mi trắng lên cẩn thận đút từng miếng cơm cho Tị, kiên nhẫn dỗ nó bằng những lời ngon ngọt. Con bé coi bộ thích thú lắm, nó vừa đùa với dì vừa ăn nhưng vậy lại ăn được nhiều.

- Dạo này chị về trễ lắm, Linh than.

- Em cũng thấy vậy, chị siêng tập ghê.

- Đúng, vì vậy anh cứ phải lo cho Tị luôn. Linh kèm theo câu nói bằng cái lắc đầu. Đã đi làm về mệt rồi còn phải lo cho con.

- Thì cũng phải để cho chị đi ra ngoài chứ, chả lẽ bắt ở trong bốn bức tường suốt ngày sao?

Nhìn khung cảnh đầm ấm Hằng cho con mình ăn làm Linh cảm động, thấy cô hàng xóm sao giống như một người mẹ hiền lo lắng cho con từng ly từng tí. Tị ăn xong chạy lại cha đòi cho xem TV. Linh dẫn nó ra phòng khách, bật máy lên rồi trở vào trong bếp ngồi xuống cạnh Hằng.

- Cám ơn Hằng nhiều. Không có Hằng thì anh chật vật với nó lắm. Con bé không có mẹ nó lo cho đâm khó tính.

- Đâu có gì mà phải cám ơn. Em mến cháu mà cháu cũng mến em nữa. Với lại về nhà xong em cũng chả có gì làm ngoài việc xem vài cái TV shows vớ vẩn. Con quấn quít theo mẹ vậy là tốt chớ. Anh không nên than.

Linh định mở miệng khen Hằng là khéo, có khả năng là một người mẹ tốt thì Thê đã đẩy cửa bước vào với một bộ mặt hớn hở. Thấy Hằng, Thê khoe ngay.

- Ngày mai chị có *personal trainer* miễn phí.

- Thế thì tốt quá, *personal trainer* đâu có rẻ đâu, họ tính tiền từng giờ, hình như là ...

- Cả hai ba chục một giờ, Thê cắt ngang.

- Tại sao họ cho em cái đó *free*? Linh thắc mắc.

Thê ngập ngừng

- Thật ra không phải *personal trainer* chính thức, nghĩa là không phải là người của phòng *gym* mà có người tình nguyện dạy chùa.

Linh à một tiếng, có ý định hỏi tiếp nhưng nghĩ sao lại thôi, đứng dậy đi ra phòng khách ngồi xem truyền hình với con, để mặc vợ và Hằng nói chuyện huyên thuyên về chuyện tập thể dục. Từ ngoài phòng khách Linh nghe lõm bõm như có một người Việt cũng tập tại gym của Thê và anh chàng này đã tình nguyện dạy "tư" cho vợ mình miễn phí.

. . .

- Không được. Chị kéo vậy là sai rồi.

Huy nói xong đi vòng ra đứng trước Thê, lắc đầu bảo.

- Hai cái vai chị chạy lên chạy xuống là không đúng *posture*. Kéo tạ như vậy không những không ích lợi gì mà có ngày chị đi *chiropractor*.

Quẹt mồ hôi nhễ nhại trên mặt, Thê nói giọng đượm bực mình.

- Nặng thấy cha, không co vai lên thì làm sao kéo nổi.

Huy đang chỉ Thê kéo tạ theo thế chèo thuyền ngồi trên chiếc ghế dài. Hắn giải thích, tập kéo kiểu này là để tập bắp thịt hai bên nách và ngực, không phải vai, nếu nặng quá thì để bớt trọng lượng đi. Nói xong hắn với tay điều chỉnh tạ cho nhẹ bớt rồi đi vòng ra đứng sau lưng Thê đặt hai tay lên vai nàng rồi bảo tập tiếp. Thê mím môi gồng bắp thịt lên kéo sợi dây cáp buộc vào đống tạ, đôi vai nàng muốn nhô lên nhưng Huy lập tức nhấn xuống. Rồi cứ thế Thê kéo đủ mười hai *reps*.

Hắn khuyến khích.

- Vậy là tốt, nghỉ vài phút xong kéo thêm hai *sets*.

Hai *sets* tiếp được hoàn tất mỹ mãn. Trong khi kéo tạ, Thê có cảm tưởng tay Huy vuốt ve vai mình. Những cái sờ của người đàn ông làm nàng lúc đầu thấy ngại sau thấy thích thú. Mỗi lần Thê trông coi bộ kéo lên không nổi, Huy cúi mặt xuống sát tai nàng thì thầm, cố lên, gần được rồi. Tốt lắm, đẹp lắm. Hình như Huy nhấn mạnh chữ Đẹp. Thê thấy khoan khoái trong lòng.

Tập xong thế kéo tạ chèo thuyền, Thê thở dốc. Mệt thể xác nhưng lên tinh thần. Nàng cười mãn nguyện, ngửa cổ tu chai nước. Những giọt nước từ khoé miệng chảy xuống cổ xuống ngực đang lên xuống theo nhịp thở hổn hển. Huy liếc nhìn theo giòng nước ấy. Thê bắt gặp cái nhìn trộm. Hắn vội quay mặt đi, giả tảng đang nhìn những dụng cụ tập trong phòng, lên tiếng hối.

- Bây giờ mình tập đẩy tạ nằm.

Hai người đi lại một cái ghế dài đặt giữa một cái giá chịu một thanh tạ. Huy điều chỉnh dụng cụ rồi nói sẽ đứng sau đầu Thê đỡ thanh tạ và xem xét cách đẩy. Thê ngoan ngoãn nghe lời nằm xuống, nhấc thanh tạ lên và bắt đầu cử lên xuống. Tập kiểu này thì không cần người giữ vai nhưng Huy phải thỉnh thoảng đẩy nhẹ hai cùi chỏ Thê lên để giúp và khuyến khích. Cảm giác được người đàn ông vuốt ve hai cánh tay mình trở lại. Phần Huy đứng sau lưng tha hồ chiêm ngưỡng bộ ngực Thê lên xuống. Tối nay nàng lại mặc một cái áo thun sẻ cổ thấp nên hắn thấy cả nửa phần ngực trên căng phồng của nàng.

- Thôi, tối nay vậy là đủ.

Thê tuyên bố sau khi làm trọn ba *sets bench press*.

- Sao, chị thấy khoẻ không? Chị tập vậy chả mấy chốc sẽ thấy tiến bộ.

Huy nói giọng bợ đỡ xong chợt tự nhiên đưa tay gỡ mấy sợi tóc Thê dính trên má, nàng để mặc cho hắn làm, không phản đối.

- Ừ, như vậy cũng tạm đủ cho chị hôm nay, tôi còn phải về sớm để soạn phần *interview* sáng mai.

- Anh đang tìm việc? Tôi tưởng anh đang đi làm.

Huy cười, sáng mai tôi *interview* mấy người xin việc làm cho hãng.

- Thì ra thế, hãng anh đang cần người?

- Tụi tôi đang cần chuyên viên *test* và nhân viên ráp nối *circuit boards*.

- Lương khá không anh?

- Từ mười hai đến mười lăm đồng một giờ, tùy việc làm và kinh nghiệm.

- Lương vậy là khá.

Thê nói xong, ngẫm nghĩ một lát rồi cố cười thân mật với Huy, có gì cho tôi làm được không?

- Đương nhiên là có, để tôi xem lại cho chắc rồi cho chị hay tối thứ Hai ... nếu là chị đến đây kìa.

Thê cười tình một lần nữa, dĩ nhiên là đến chớ, được anh chỉ tập thì dại gì không đến.

~§~

4

Lại thêm một buổi trưa thứ Bảy mùa hè nóng bức, khu hồ tắm chung cư bắt đầu đông nghẹt người. Bộ ba Linh, Thê và Hằng đang đứng trên bao lơn quan sát đám người, bàn tính có nên xuống hồ hay đi chơi chỗ khác. Trong lòng Thê muốn xuống hồ ghê lắm để khoe thành quả tập của mình trong bao tuần qua. Ban ngày khi chồng đi làm, còn ở nhà một mình, Thê thường cởi hết quần áo xong đứng trước gương để tự chiêm ngưỡng thân thể mình. Tập tành cực nhọc đã đem lại thành quả rõ rệt. Bộ ngực không to ra nhiều nhưng đã săn lại, cứng hơn trước với những đường cong nổi hẳn lên. Bụng thì thóp vào. Cặp đùi bớt mập và cứng hơn trước. Thê quay người tới lui ngắm xong tự khen mình. Thường khi khỏa thân đứng trước gương như vậy, Thê lại nghĩ đến Huy. Không có tên này thì làm gì có được tấm thân đẹp như ngày hôm nay. Nàng nhớ lại cảm giác khi hắn sờ lên người mình trong lúc chỉ dạy, cảm giác là lạ lúc đầu làm nổi da gà nhưng sau đó là khiêu khích. Nghĩ đến đây Thê tự sờ soạng người mình, vuốt ve cặp vú xuống đến bụng rồi đùi. Nàng chợt cảm thấy xấu hổ vì hành động của mình,

"Mình phản bội chồng rồi sao, từ ngoại tình trong tư tưởng cho đến trong hành động không xa."

Nghĩ thế nhưng đến gần tối thì Thê lại nao nức lật đật xách túi đi *gym*.

Nhìn đám đông trong khu hồ tắm, Linh lắc đầu.

- Đông đảo ồn ào thế kia mà xuống làm gì, trong hồ không có chỗ mà quậy nước chứ đừng nói đến bơi!

- Phải đấy, Hằng đồng ý, hay là mình đi ra biển chơi.

Thê phản đối.

- Nước biển lạnh bơi không được, vậy thì khác gì đâu. Thôi, cứ xuống xem sao.

Nghe vợ nói vậy, Linh lấy làm lạ vì thông thường Thê rất ghét nước đến độ nhiều lúc phải đi bơi một mình vì vợ không chịu đi. Sau cùng Hằng đưa ra một giải pháp tắm hồ bơi chung cư hôm nay, chiều mai đi pích-ních bãi biển. Cả nhà tán thành ý kiến này.

Xuống đến hồ bơi, Thê cố tình đứng trước chồng và Hằng rồi từ từ bỏ chiếc áo khoác xuống.

Hằng lên tiếng khen, chị tập *gym* kết quả thấy rõ.

Linh gật gù khen vợ.

- Em khá lắm. Hằng nói đúng, người em bây giờ đẹp tuyệt.

Thê giả vờ giận, vậy khi trước thì em xấu sao?

- Anh đâu có ý nói vậy, Linh vội bào chữa, em lúc nào chẳng đẹp nhưng bây giờ thì hết sức đẹp. Chắc nhiều chàng mê mệt vì em.

Thê ngún nguẩy.

- Biết đâu đấy. Nếu anh không muốn em nữa thì ...

Nàng bỏ lửng câu nói ở đây xong đi lại bờ hồ, nhón một cái nhảy xuống nước. Hai người kia nhìn nhau.

- Anh cẩn thận đấy, Hằng đùa.

- Chị ấy dỡn mà. Anh biết bà xã anh không phải như vậy đâu.

Nói vậy nhưng Linh cảm thấy có gì bất ổn trong lòng, buột miệng thổ lộ.

- Anh thấy có gì kỳ. Hôm qua đi *gym* về, chị nói với anh là cái ông người Việt gì đó dạy chị ở *gym* hứa sẽ tìm việc làm cho chị chỗ hãng của hắn.

Đến lượt Hằng cảm thấy có gì bất ổn cho Linh nhưng trấn an.

- Anh vừa mới nói chị không phải vậy mà, chắc chẳng có gì đâu, anh đừng kết luận vội vàng, oan cho chị ... Rồi anh nói với chị sao về chuyện đi làm?

- Anh không muốn cản vì sợ Thê hiểu lầm là mình ghen vô lý hoặc đầu óc thủ cựu chỉ muốn giữ vợ khư khư ở nhà.

- Hai người bàn chuyện gì bí mật vậy?

Thê đã lên bờ và đang đứng trước mặt hai người. Nàng ngồi xuống dựa vào Linh rồi lấy khăn lông lau người.

- Anh vừa nói với Hằng về vụ đi làm lại của em.

- Chừng nào thì chị bắt đầu làm? Hằng hỏi.

- Chưa biết, tuần tới người ta sẽ cho chị biết hãng có *opening* cho chị không. Chỉ đang hy vọng thôi.

- Nghĩa là chị thật sự muốn đi làm lại.

- Ừ, ở nhà mãi chán chết.

Thê vừa đáp vừa nghĩ thầm, "Vào hãng gặp Huy vui hơn."

. . .

Đồng hồ trên tường chỉ bảy giờ mà bóng dáng Huy đâu vẫn chưa thấy. Thê bực mình quá không tập được, bỏ ra ngồi trên ghế nệm phòng khách xem báo. Mấy mụ Mỹ mập vừa đạp xe đạp gần đó vừa nói chuyện om xòm làm nàng đâm thêm bực, quăng tờ báo xuống bàn, đứng lên xách túi đi ra cửa, miệng rủa thầm- Đồ cà chớn, hẹn lèo. Ra đến xe thì Thê đụng mặt với Huy cũng vừa trên xe bước xuống. Nàng làm mặt tỉnh bơ không thèm nhìn hắn, định leo lên xe đi.

Tên này vội chạy lại.

- Chị Thê, về sớm thế?

- Chứ ở đây làm gì? Câu đáp đượm hờn.

Huy trông lo lắng ra mặt, hắn vuốt vai Thê năn nỉ.

- Xin lỗi chị nhe, tại có việc đằng sở nên ra trễ. Tối qua đã nói với chị là hôm nay bận *interview* mấy người xin việc mà.

Nhìn bộ mặt của Huy kèm theo cái vuốt trên vai mình, Thê xuôi lòng. Nàng đóng cửa xe xầm một cái xong đi trở vô trong *gym*. Gã đàn ông lẽo đẽo theo sau. Trong lòng đã hoàn toàn hết giận nhưng Thê bề ngoài giả vờ lẫy.

- Sao, tối nay Huy định dạy Thê gì đây?

Huy mừng như mở cờ trong bụng. Hắn biết Thê hết giận rồi lại còn xưng tên chứ không dùng ngôi thứ nhất "tôi" nữa. Trong đầu như đã sắp sẵn chương trình, hắn đáp ngay.

- Hôm nay tập chân, leo cầu thang.

Hai người đi lại cái Stairmaster, Huy vắn tắt giải thích cách dùng rồi bảo Thê leo lên, phần hắn đứng sau lưng nàng. Hắn thấy là nhìn người đàn bà tập máy này đã hơn là nhìn nàng kéo tạ. Eo thon uyển chuyển, cặp mông tròn trịa di chuyển theo bước chân. Nhìn mông Thê no nê rồi, Huy muốn thấy ngực nàng một lần nữa, hắn bảo Thê ra tập cử tạ nằm như hôm trước.

- Thê khá lắm, chẳng mấy chốc sẽ có thân hình bốc lửa, ngay cả Cindy Crawford cũng phải ghen.

Lời khen sống sượng đến đột ngột làm Thê đỏ mặt lên, bèn nguýt hắn một cái dài. Tên này cười đĩ thõa.

- Nói thật đấy, mà Thê có tự thấy điều đó không?

Thấy nói chuyện như vầy hơi quá lố, Thê gạt ngang bảo.

- Huy lảm nhảm quá. Hôm nay mình tập trễ, thế này đủ rồi. Mà còn vấn đề việc làm thì sao? Huy nói là tối nay sẽ cho biết.

- Để đền đến trễ tối nay, Huy mời Thê ra quán sinh tố ngoài kia làm một ly rồi mình nói chuyện đó luôn một thể.

Quán Jambalaya Juice nằm sát phòng thể dục là một địa điểm tốt để bán sinh tố. Những người tập tạ ra tạt qua mua một ly uống bù cho sức lực hao tổn trong phòng tập. Huy chạy vào mua hai ly sinh tố dâu, cam và chuối đem lại chiếc bàn tròn đặt trên vỉa hè trước cửa quán.

- Huy đã xem tất cả những openings hãng đang mở, có một việc làm hợp khả năng với Thê, đó là *test technician*.

- *Test technician*! Hừm, cũng được, mà họ trả bao nhiêu?

- Mới vào thì mười một giờ, sau ba tháng sẽ xét lại, có thể lên mười hai mười ba. Sao, Thê chịu không?

- *Job* đó khó không? Nói thật với Huy, mình nghỉ làm điện tử ba năm, quên nhiều lắm.

- Không ăn nhằm gì, mấy cái căn bản nó cũng vậy thôi. Huy cười ruồi. Mà vào được thì đích thân Huy sẽ dạy Thê ... cũng như ở đây.

Lấy cái ống hút ra khỏi ly mình, Thê cắm vào ly của Huy, bịt đầu ống bằng ngón tay, nhấc ống hút ra, đưa vào miệng mút xong kéo ra, lè lưỡi liếm cái ống hút.

- Huy hứa sẽ dạy tận tình nghe! Đừng bỏ rơi người ta đấy!

- Ai chứ Thê thì làm sao Huy bỏ rơi được. Lại thêm một nụ cười đĩ thõa trên môi Huy.

Thê nhìn đồng hồ tay, gần chín giờ. Nàng đứng lên, khoác túi lên vai.

- Còn sớm mà.

- Phải về lo cho con nữa.

Hai người đi ra xe. Chờ Thê mở khoá cửa xe xong, Huy nịnh đầm mở cửa xe cho Thê rồi bảo nàng mai hắn sẽ mang đơn xin việc làm lại để điền.

. . .

Lại thêm một tối Hằng đút cơm cho Tị ăn. Con bé hình như biết nếu mình không cho cha đút thì dì sẽ đút, và nó thích thế hơn. Dì dịu dàng, không gắt như cha, chịu khó chơi với nó. Linh ngồi chống tay lên bàn nhìn Hằng cho con mình ăn.

- Điệu này một là anh đưa con Tị sang ở với Hằng, hoặc là Hằng sang ở với anh.

Nói xong câu này Linh mới thấy mình lỡ lời, dễ bị hiểu lầm, và quả nhiên Hằng hiểu lầm thật. Mặt nàng đỏ lên. Phần Linh ngượng chín người không biết nói sao để đính chính, ngồi im. Sự im lặng càng làm Hằng tin là Linh có ý nói vậy nhưng không hiểu sao lại không cảm thấy khó chịu về "đề nghị" đó, chỉ ngồi im đút cơm nhưng con bé buột miệng hỏi.

- Dì Hằng ở đây hả? Tị thích dì ở đây.

Cả hai người lớn cứng họng. Linh lén nhìn sang bắt gặp cái nhìn lén lại của Hằng, hai người vội quay mặt đi chỗ khác. Trong khi đó con Tị quái ác cứ nhảy tưng tưng la lối, dì ở đây, dì ở đây, làm cha nó phải la nó, nói dì có nhà của dì rồi. Con nhỏ xịu mặt xuống, mếu máo nói.

- Tị không chịu đâu. Để Tị về nói cho mẹ biết, mẹ sẽ cho dì Hằng ở đây với Tị với ba nữa.

Cả hai người lớn ở trong thế kẹt. Trẻ con ngây thơ thấy sao nói vậy, biết giải thích ra sao. Nếu chuyện này đến tai Thê thì lại thêm một người hiểu lầm, chuyện không có gì thành chuyện lớn.

Linh đành phải dặn con.

- Con không được kể cho mẹ, nghe chưa! Ba đã nói là dì Hằng có nhà của dì rồi, con lộn xộn lắm. Nếu con kể cho mẹ, ba giận con đó.

Hằng lên tiếng, cháu còn nhỏ mà anh, la tội nghiệp nó, rồi nàng cười nói tiếp như đùa.

- Nếu vậy thì cũng tiện chứ sao vì Hằng sẽ được gần Tị.

Câu nói làm Linh giật mình thầm vì đúng tim đen. Hằng có biết đâu Linh đã mơ tưởng đến cô láng giềng từ bao lâu nay, từ sắc đẹp từ lúc thấy nàng trong bộ áo tắm đen hai mảnh rồi mỗi sáng gặp nhau trong bãi đậu xe thấy nàng đẹp tươi như ban mai đến tính tình hiền dịu và những hành động trìu mến đối với con gái mình. Biết đó chỉ là câu nói dỡn của Hằng nhưng Linh tự hỏi, "Giả dụ Hằng ở đây thì mình còn chung thủy với vợ được bao lâu?"

- Thôi khuya rồi, con đi đánh răng đi rồi đi ngủ.

Nghe cha bảo vậy, con Tị phụng phịu, nó chưa muốn rời dì ngay làm Hằng phải hôn lên đầu nó rồi dụ.

- Tị ngoan nghe lời ba, mai dì sang nữa mà.

Con bé nghe vậy mới chịu đi vào phòng tắm. Chỉ còn hai người, Linh không biết nói gì, quay sang hỏi han Hằng về công ăn việc làm.

- Đây là lần đầu tiên Hằng đi làm hẳn hòi, trước kia là sinh viên chỉ làm ba cái việc vớ vẩn thôi. Công việc ở hãng cũng dễ thôi nhưng việc làm nhiều quá, có đêm về trễ ghê.

- Nhưng vẫn còn sớm hơn vợ anh, Linh cười, dù chị ấy không đi làm. Mai mốt Hằng có gia đình thì sao?

- Thì Hằng sẽ ở nhà như chị để giữ con rồi ...

- Rồi Hằng sẽ đi tập thể dục để chồng phải nhờ cô hàng xóm lo cho con.

Linh ngắt lời xong nháy mắt cười làm Hằng đỏ mặt lên rồi lim dim mắt nói tiếp.

- Cô hàng xóm đó mến con của Hằng lắm mà con Hằng cũng mến cô đó ...

- Thế anh nghĩ chồng của Hằng sẽ làm gì trong trường hợp đó?

Câu hỏi hóc búa đến bất ngờ. Linh vuốt cằm, ra vẻ đăm chiêu suy nghĩ xong lắc đầu.

- Chịu, anh không biết người chồng sẽ phải làm gì. Hằng nghĩ sao? Chồng mình nên làm gì?

Hằng mỉm cười không nói gì, chống tay lên cằm nhìn Linh với đôi mắt long lanh. Linh thấy Hằng tối nay đẹp tuyệt vời, nét đẹp của tuổi trẻ hồn nhiên và đầy nhựa sống, một tuổi trẻ sẵn sàng đón nhận tình cảm người đối diện mời mọc. Từ người con gái ấy toát ra một quyến rũ khó cưỡng lại. Rồi cái nhìn của nàng như thôi miên người đối diện làm Linh cảm thấy mình đang bị hút vào trong lòng một cơn lốc sâu thăm thẳm không đáy, xung quanh chỉ có bức tường mây xám với những bàn tay của Hằng từ trong đưa ra vuốt ve mình. Đang chơi vơi trong cơn lốc tình, Linh không nghe tiếng con gọi trong phòng ngủ cho đến lúc Hằng đánh khẽ lên tay mình.

- Anh Linh, bé Tị kêu anh.

Con bé từ trong phòng ngủ đi ra nhõng nhẽo vòi Hằng.

- Tị ngủ không được. Dì vô giường nằm với Tị đi!

- Dì sắp phải về bây giờ, trễ lắm rồi. Linh mắng con.

- Mẹ sắp về rồi mẹ sẽ nằm với Tị, dì phải về nhà tắm rửa để đi ngủ, mai còn đi làm.

Nói vậy với con bé nhưng trong lòng Hằng rất muốn vào nằm với nó một lúc. Vuốt tóc Tị dỗ nó, Hằng đứng lên, cầm áo khoác và ví đi ra cửa. Linh đi theo sau.

- Cám ơn Hằng. Tối nào cũng phải phiền thế này ... thì bất tiện quá.

Hằng quay lại thấy Linh đã đứng sát mình. Mặt hai người chỉ cách nhau vài phân, nghe được hơi thở của nhau.

- Mai em sang nữa, nàng trả lời thật nhanh qua hơi thở xong lách người đi ra.

~§~

5

Thê đi làm gần được một tháng tại hãng của Huy, dĩ nhiên là nhờ hắn. Sau ba năm ở nhà trông con, những ngày đầu tiên đi làm đem lại cho nàng vài khó khăn nhưng nhờ hắn lúc nào cũng kè kè bên cạnh chỉ bảo nên những khó khăn rồi cũng qua đi. Trước kia Thê đánh hơi được sự dò dẫm của Huy nhưng vào làm rồi, sự hiện diện thường trực và lòng đối xử ưu ái của hắn dành cho nàng cho thấy rõ tình cảm đặc biệt đối với mình. Tuy cũng có cảm tình với Huy nhưng Thê còn duy trì giới hạn, cái giới hạn không cho phép nàng quá thân mật với gã đàn ông trong những tiếp xúc trong sở cũng như bắt buộc phải từ chối những lời mời đi ăn cơm trưa chung. Thê ngại những cái nhìn đố kỵ của những người đồng hương khác trong hãng. Nàng như nghe được các lời dè bỉu sau lưng mình. Tuy vậy, khi tối đến ở trong phòng tập thể dục thì Thê nới lỏng những giới hạn đó. Nới lỏng chứ không thả lỏng. Dù sao tình thương gia đình vẫn còn mạnh mẽ, hay nói đúng hơn còn là một cản trở.

Thời gian Thê dành cho gia đình vì vậy cũng ít đi. Tị được đưa đi vườn trẻ ban ngày, ban đêm về với cha ... và dĩ nhiên cả dì Hằng nữa. Sự vắng mặt thường xuyên của Thê không làm Linh bận tâm nhiều vì đã có cô hàng xóm dễ thương. Có đêm ngồi nói chuyện với Hằng, Linh muốn vợ ở trong *gym* luôn đừng về để mình nói chuyện được với Hằng suốt đêm. Cũng như vợ, Linh duy trì giới hạn trong cách đối xử với Hằng nhưng cuộc tranh đấu nội tâm dằn vặt không ít.

Tháng mười một, trời mùa thu ảm đạm. Đồng hồ văn ngược lại một giờ, ngày ngắn đi nhiều. Chiều ra khỏi sở đèn đường đã lên, nền trời tối xậm. Những đêm mưa còn buồn hơn nhất là đối với Hằng vì làm nàng nhớ lại những năm tháng đại học Washington. Không còn bạn bè xung quanh để tâm sự, tiêu khiển thời giờ, Hằng thấm dần nỗi cô đơn. Nàng nhớ vô cùng những đêm cùng đám bạn gái ở cùng *dorm* họp lại với nhau nấu mì gói hay kêu pizza vào ăn, tán gẫu, nhớ lại những buổi chiều khoác áo lạnh ngồi co ro trong ngọn gió thu lạnh lẽo giữa sân trường nhìn lá vàng rụng. Nhìn chán cả bọn dẫn nhau đi xuống phố uống cà phê. Cuộc đời sinh viên vui buồn có nhau đã đi qua. Mỗi lần nhớ lại những thơ mộng ấy, Hằng buồn vô cùng. Nếu không phải đi làm để dành tiền để đón cha mẹ sang, nàng đã ở lại trường học ban cao học.

Cho xe vào bãi, Hằng cẩn thận nhìn quanh trước khi mở cửa xe bước xuống. Nàng đi lại thùng thơ, quơ mớ thơ từ rồi vào thang máy đi lên. Trong ánh đèn lù mù của thang máy, Hằng thấy một bức gởi từ Sở Di Trú.

"Chắc họ thông báo ba má sắp được cho sang," Hằng thầm nghĩ trong lòng đầy hy vọng.

Đi ngang căn phòng vợ chồng hàng xóm, Hằng nhìn vào qua cửa sổ. Như thường lệ, Linh đang dỗ con Tị ăn cơm tối, không thấy bóng dáng Thê đâu. Hằng đẩy cửa bước vào. Mong đợi Hằng mỗi ngày, Linh không còn khóa cửa nữa vào giờ này.

- Chào anh, cháu ăn giỏi không?

- Giỏi gì, nhất định chờ dì nó về cho ăn đây.

- Em mới nhận được thơ của Sở Di Trú, để xem họ nói gì.

Hằng ngồi xuống bóc thư, không để ý gì đến bữa cơm. Linh tế nhị tự động đứng lên đi lấy chén đũa rồi sới cơm đem lại cho nàng.

- Xin lỗi anh, em vô tình quá.

Nói vậy nhưng Hằng vẫn chúi đầu vào lá thơ. Linh theo dõi nét mặt Hằng chuyển từ hồi hộp sang vui mừng rồi reo lên.

- Họ OK rồi. Ba má em đã được phỏng vấn rồi, chỉ còn chờ đi khám sức khỏe là xong.

Hằng ôm lá thơ vào ngực, mặt rạng rỡ. Nàng chạy lại Tị ôm chầm lấy nó hôn như mưa lên trên má trên tóc con bé. Không hiểu chuyện gì xảy ra nhưng Tị thấy dì vui nó cũng vui theo, toét miệng cười. Linh cũng cảm lây niềm hạnh phúc.

- Anh mừng cho Hằng. Hy vọng hai bác sang nhanh.

Đặt bé Tị xuống, Hằng đi lại trước Linh rồi chợt vòng tay ôm lấy giọng run run nói.

- Em vui ghê, ba má sắp sang. Em chỉ còn anh và bé Tị để chia niềm vui này.

Trong mùi thơm từ tóc và người Hằng, Linh ngây ngất siết chặt người con gái hàng xóm trong vòng tay như sợ mất. Hằng thu gọn người lại cho nằm trọn trong vòng tay, tận hưởng niềm hạnh phúc từ lâu chưa có. Một lúc sau Hằng mới gỡ tay ra.

- Anh Linh, Hằng cám ơn anh rất nhiều, đã đối xử rất tốt với em ... xem em như trong gia đình. Từ ngày rời nước đến nay, Hằng cô đơn vô cùng. Sau đó gặp anh và chị và Tị ... cuộc đời em đỡ buồn. Ba má em sắp sang ... vui quá đi. Cám ơn anh chị nhiều.

- Sao khách sáo vậy? Có gì đâu mà ơn với huệ.

Rồi Linh lấy can đảm nói, Hằng cũng biết là anh mến Hằng lắm ... vội lấp liếm. Bé Tị nữa, rất thương dì, quay sang con bé, phải không con.

Con bé mở đôi mắt nai thật to, gật đầu nói.

- Tị thương dì lắm, không cho dì đi đâu hết.

Hằng bật cười lên.

- Dì không đi đâu hết. Ở đây vui thế này còn đi đâu nữa!

Nàng bế nó lên hôn vào cặp má phúng phính, dì thương Tị cũng như con dì vậy. Câu nói làm Linh cảm động. Hằng vừa trám được chỗ trống trong lòng mình cũng như trong lòng con gái. Linh thấy mình gần Hằng hơn nữa, trong niềm vui lớn đề nghị đi ra tiệm ăn mừng.

- Thôi anh, bày vẽ quá, tốn kém ... và chị chưa đi làm về mà.

- Ừ nhỉ, Linh gãi đầu, chút xíu thì quên vợ.

Đúng lúc đó điện thoại reo vang. Linh nhấc máy lên.

- Hello.

...

- Ừ, anh đây.

...

- Tại sao?

...

- Không sao đâu, anh lo cho con được rồi.

Linh gác máy, nói giọng nhẹ nhõm.

- Thê về trễ tối nay. Sở họ bắt làm phụ trội vì nhiều hàng phải được *ship* đi. Chỉ có ba tụi mình đi ăn tiệm.

Ba người dắt tay nhau đi ra xe, trông giống một gia đình đầy hạnh phúc.

. . .

Khi Thê ra khỏi hãng thì cơn mưa đã tạnh.

"Đỡ cho mình thật."

Vào xe Thê đút chìa khóa vặn nhưng máy chỉ kêu xè xè mấy tiếng rồi im. ⬛Chết mẹ, xe sao vậy, làm sao về,⬛ Thê hoảng lên. Nàng nhìn quanh xem có ai quen để đi ké xe. Nếu không thì phải chạy trở vào trong để dùng điện thoại kêu về nhà bảo Linh lại đón.

Một vệt đèn vàng di động đến từ góc bãi đậu xe. Một chiếc xe từ từ lăn bánh lại. Lúc xe đó đến gần, Thê nhận ra Huy ngồi phía trên.

Người đàn ông vẫn để máy xe chạy, bước ra.

- Xe bị sao vậy, hư?

- Ừ, tức ghê. Làm cả ngày mệt chết cha lúc về thì xe không nổ máy.

Huy vào trong xe Thê, vặn chiếc khóa. Nghe tiếng lè xè, Huy bảo, chắc là bộ biến điện rồi ...

Thê ngắt lời, tức tối đánh lên mui xe một cái rầm.

- Mình chả biết ba cái đồ xe, Huy đừng nói biến điện biến dạng gì vô ích.

Vẫn giữ điệu bộ tỉnh, Huy điềm tĩnh đề nghị chở Thê về.

- Vậy thì tốt quá, cám ơn Huy lắm.

- Không sao. Bất cứ lúc nào Thê cần thì Huy chở ... đón nữa.

Huy vẫn nhìn thẳng phía trước, trả lời tỉnh. Sáng mai Huy đón Thê, giờ cơm trưa mình câu bình, lái xe lại trạm xăng thay cái bộ biến điện. Chiều đi làm ra ghé lại lấy xe.

Đặt tay lên tay gã đàn ông, Thê bảo.

- Huy đúng là *manager* giỏi, sắp xếp nhanh và gọn ghê. Vậy cho phép đây phiền Huy vài lần nữa.

Một nụ cười thật tươi nở trên mặt gã đàn ông.

- Có gì mà phiền hà. Đã đem Thê vào làm thì phải chịu trách nhiệm cho Thê mà.

Biết ý hắn ngụ ý gì nhưng Thê giả vờ ngu nói mớm, chịu trách nhiệm trong sở thôi chớ.

- Cả ngoài sở nữa. 24 trên 24.

Nụ cười trên mặt Huy tươi hơn lúc nãy.

Nghe đến đây, Thê cười ngặt nghẽo, thân mật đánh lên vai hắn.

- Dê của Huy tối nay xổng chuồng rồi. Thôi đi đi, để Thê chỉ đường cho kẻo lạc.

Ra đến đường cái, Huy chợt ngừng xe lại, Thê chưa ăn tối phải không? Đói bụng không? Mình đi tìm cái gì ăn trước đã.

Thê ngần ngừ. Việc đi ăn tối với Huy chả là gì, tên này cũng dễ trị nhưng còn con nhỏ, mình đi làm suốt ngày bỏ con ở nhà với chồng. Dạo này con Tị có vẻ xa mẹ, nàng thấy nó gần Hằng hơn và điều đó làm nàng phiền.

- Sao, Thê? Mình đi ăn chớ?

Không muốn suy nghĩ lôi thôi, Thê gật đầu.

- Ừ, đi. Đói bụng rồi.

Mười phút sau, chiếc xe ngừng bánh trước một tiệm ăn Tàu-Việt. Hắn lật đật nhảy xuống đi qua bên kia mở cửa xe. Thê bước xuống, ném cho hắn một cái nhìn lăng.

- Điệu thế, người ta tự mở cửa được rồi.

- Đã nói chịu trách nhiệm 24 trên 24 mà.

Nói xong Huy cười hề hề. Hắn muốn cặp tay nàng vô cùng nhưng vẫn chưa dám. Nếu được vậy, Huy sẽ hãnh diện, mặt sẽ nghênh nghênh cho mọi người thấy niềm hạnh phúc của hắn, được dìu tay một thiếu phụ mặn mà quyến rũ. Thôi, để dịp khác.

Người phổ ky theo lời yêu cầu của Thê đưa hai người vào một cái bàn tuốt bên trong, khuất sau một bình phong khá to. Hắn hí hoáy ghi xuống những món ăn hai người đặt xong thoăn thoắt đi vào bếp.

Chống tay lên cằm, Thê thở dài một cái.

- Gì vậy Thê?

- Số xui, xe hư, tốn tiền. Lại không biết con cái ở nhà ra sao.

- Có ông xã lo rồi.

Thê nguýt hắn một phát, Huy chưa có con nói nghe dễ lắm, nhất là đàn ông nữa.

- Đàn ông không có con hay ở một điểm ...

- Điểm gì?

- Không bận tâm, được phép yêu hết mình.

Nói xong hắn nháy mắt với Thê. Nàng bốc một cái tăm trong lọ ra quăng vào hắn.

- Nước sôi, nước sôi.

Tiếng người phổ ky, hắn đi tới bưng một cái mâm trên có mấy dĩa thức ăn và một thổ cơm khói bay nghi ngút.

Đang đói, cả hai không ai bảo ai nhào vào ăn.

. . .

Bé Tị ngủ gục trên tay cha khi ba người về đến khu chung cư. Hằng đưa tay bấm nút kêu thang máy. Có tiếng lục cục rồi cánh cửa mở ra.

- May mà thang máy không hư. Con Tị mới ba tuổi mà nặng gớm. Linh nói.

- Nặng không bằng cái thùng sách của Hằng anh khiêng hộ hôm mới dọn đến.

Linh bật cười, ⬚Hằng hãy còn nhớ?⬚

- Nhớ chứ. Không có anh hôm đó thì em bỏ đi ở chỗ khác rồi. Đâu có quen nhau.

- Vậy thì anh phải cám ơn cái thùng sách đó. Nếu không có nó thì tối nay hai cha con phải ăn cơm nguội.

Cả hai người phá lên cười. Tị giật mình tỉnh dậy, ngơ ngác nhìn xung quanh rồi gục xuống ngủ tiếp. Hằng ngáp dài, trông có vẻ mỏi mệt.

- Hằng mệt?

Nàng gật đầu.

- Dựa vào anh đi.

Hằng dựa đầu lên vai Linh. Sự mệt mỏi được thay thế bằng một niềm vui sướng.

Thang máy ngừng ở lầu ba. Linh một tay bế con gái, tay kia quàng ngang lưng Hằng, dìu nàng đi về căn ắp-pạc. Đến cửa, Linh gõ nhưng không ai ra mở.

- Trời ơi! Đi làm giờ này chưa về nữa.

- Để vào xem, có khi chị gọi về không có ai nên để lại *message*.

Bế con gái vào phòng giường xong Linh bật máy nhắn lên, không có lời nhắn nào. Trở ra ngoài phòng khách định nói, bà ấy không gọi, Linh im ngay khi thấy Hằng đã nằm dài trên chiếc ghế sa-lông. Linh đi lại ngồi xuống bên cạnh say đắm nhìn Hằng đang ngủ trong ánh đèn lu mờ xinh như người trong mộng.

Cặp môi Hằng hé mở như thì thầm điều gì. Linh ghé đầu xuống lắng nghe. Đúng lúc đó Hằng thức giấc mở mắt làm Linh giật mình vội đứng lên. Thấy Linh bên cạnh mình, Hằng nắm tay chàng kéo ngồi xuống. Hai người im lặng mân mê tay nhau. Những ngón tay đan vào nhau, chuyền cho nhau cảm giác yêu thương êm đềm. Hằng từ từ kéo mặt Linh sát xuống mặt mình. Trong ánh đèn mờ, cặp mắt đen lánh của Hằng như sáng rực lên, thu hút hình ảnh người đối diện vào trong cái nhìn sâu thẳm ấy. Hai người đắm đuối nhìn nhau. Cái hôn kéo dài.

Người Hằng run lên, rên rỉ trong cơn nóng hừng hực.

- Yêu em đi.

Linh đẩy nhẹ Hằng ra.

- Anh yêu em nhưng mình không thể như vầy được.

Đôi mắt Hằng long lanh ngấn lệ như chất vấn tại sao. Niềm hạnh phúc tưởng đã đến thì bị từ khước.

- Em xứng đáng có được một hạnh phúc thật sự, không phải một hạnh phúc tạm bợ, nhất là với một người đàn ông đã có vợ con. Em còn trẻ, còn tương lai. Anh yêu em nên không muốn làm em sau này đau khổ. Hiểu cho anh đi!

Hằng bật khóc, đôi vai rung rung. Linh muốn ôm Hằng để an ủi nhưng e sự gần gũi xác thịt sẽ làm hai người yếu lòng. Một lúc sau, Hằng quẹt nước mắt.

- Em cám ơn anh vô cùng. Thôi, để em về.

Nàng ngồi dậy, sửa lại mái tóc xong đứng lên đi ra cửa. Đến nơi, Hằng quay phắt lại hôn nhanh lên môi Linh rồi nói khẽ.

- Em sẽ nhớ mãi giây phút này. Chào anh, mai mình gặp lại.

Đêm hôm đó, nằm cạnh vợ nhưng tâm tư Linh dồn hết cho người con gái bên kia bức tường. Phần Hằng trong căn phòng bên cạnh đã thao thức suốt đêm nghĩ đến Linh. Cách nhau bởi bức tường nhưng hai tâm hồn đã gặp lại nhau, giao với nhau, vuốt ve nhau và vỗ về nhau.

Những ngày sau đó, mỗi lần gặp lại nhau dưới bãi đậu xe, trong những bữa cơm tối, Linh và Hằng chỉ trao cho nhau những cái nhìn thông cảm, những nụ cười thông tâm mà không cần lời nói để diễn tả.

Vài tháng sau Hằng được Sở Di Trú cho biết ngày cha mẹ nàng sang và nàng đi đến một quyết định.

Cuối

Năm năm sau, cũng một buổi chiều hè nắng dịu. Chiều cuối tuần trong một khu thương mại người Việt đông đảo ồn ào. Một cặp vợ chồng trẻ đang đi dạo, dáng điệu thư thả. Người vợ đẩy một chiếc xe chở một đứa bé con. Hai người dừng lại trước một cửa tiệm bán đĩa và băng nhạc. Họ đọc những tờ quảng cáo màu mè sặc sỡ dán trên cửa kính. Người vợ nói gì với người chồng, anh ta gật đầu rồi đẩy chiếc xe đi hướng về một tiệm bán dụng cụ điện tử gần đó. Người vợ một mình đi vào trong tiệm nhạc. Phía trong lác đác vài người khách qua lại. Nàng đi lại một cái kệ kê sát tường trưng bày những đĩa nhạc mới ra, lựa hai cái rồi đem lại quầy tính tiền. Đi ra khỏi tiệm, người vợ ngừng lại trước gian hàng hoa, đứng ngắm những chậu lan và hoa hồng.

- Hằng!

Người đàn bà trẻ quay lại. Một người đàn ông đeo kính trắng, bên cạnh là một đứa bé gái độ tám chín tuổi.

- Hằng còn nhớ ai đây không ...

- Anh Linh!

Người đàn ông trung niên và người đàn bà trẻ nhìn nhau cười ngượng nghịu. Nét ngạc nhiên trên mặt họ lập tức nhường chỗ cho một nét buồn. Những kỷ niệm của một tình yêu tưởng đã chôn vùi giờ trở lại trong khoảnh khắc.

- Hằng khoẻ không?

Người vợ nhìn về hướng tiệm bán hàng điện tử, người chồng vẫn còn bên trong.

- Em cũng vậy, còn anh chị thì sao?

Quay sang đứa bé gái, cô vuốt đầu nó với cử chỉ thân mật.

- Bé Tị đây phải không? Tị nhớ ai đây không?

- Dì Hằng, đứa bé lí nhí trả lời.

Mặt Hằng tươi lên.

- Tị còn nhớ dì, giỏi quá. Dì đút cơm cho Tị ăn mỗi tối, nhớ không?

Đứa bé gái gật đầu một lần nữa.

- Tị nhớ là vì anh nhắc mãi đấy.

Cái nhìn của Hằng đượm buồn

- Thôi, nhắc lại làm gì anh. Mình không quên được nhưng cứ để nó nằm yên đi. Hằng giờ đã có gia đình, có bổn phận cũng như anh vậy.

Đứa bé lắc tay cha.

- Ba! Đi ba ơi, về trễ má la đó. Rồi má không cho con gặp ba tuần tới. Ba hứa đưa con đi *movie* tuần tới mà.

Như đoán được, Hằng sững sờ.

- Sao vậy anh?

- Thê và anh bỏ nhau một tháng sau khi Hằng dọn đi. Thê lấy một người làm trong sở.

- Cái tên dạy chị tập thể dục?

- Đúng vậy, cái tên dạy chị thể dục, câu trả lời chua chát.

- Em chia buồn với anh, giọng Hằng trở nên buồn hơn, nếu biết ...

- Ừ, nếu biết vậy thì ... Linh cười buồn. Thôi, cứ để nó yên. Anh phải đưa Tị về lại cho má nó, đúng theo lệnh của tòa án.

Hằng nghe được nỗi đau đớn trong câu nói của Linh.

- Chào Hằng.

- Chào anh.

Từ cửa tiệm điện tử, người chồng đẩy chiếc xe chở con ra. Hằng nhìn theo hình dáng cha con Linh đi ra bãi đậu xe. Lưng Linh hơi khòm xuống, trông giống như lần nào khiêng cái thùng sách nặng cho Hằng ngày nàng dọn đến căn 315.

~ HẾT ~

Hè 2002

Mắt xám buồn

Jane để nụ hôn nồng nàn hơn của nàng trả lời câu tỏ tình của tôi. Vẫn giữ đôi môi trên môi tôi, Jane với tay tắt đèn rồi đưa tôi về chiếc ghế dài. Tôi ngã xuống lên trên người nàng. Đêm đó, tôi biết thế nào là yêu cuồng nhiệt, đắm đuối, nồng nàn.

1

Cho xe đi chậm lại, tôi muốn xem phố xá đã thay đổi bao nhiêu sau năm năm. Trông vẫn thế dù con đường Số Bốn có thêm vài cửa tiệm mới trông khang trang hơn. Bảng hiệu *Lee's Dry Clean* to tướng làm tôi chú ý. Tiệm trước kia nhỏ chỉ bằng một nửa với một tấm bảng con treo cạnh cửa ra vào. Người đàn bà Hoa lớn tuổi đứng sau quầy trông như vẫn là bà Lee.

"Còn *Selma Quick Stop?*" tôi thắc mắc. Từ *Lee's Dry Clean* đến đó chỉ cách vài con đường. Tôi đi xuống đường Số Một rồi rẽ xuống Lawrence. Đến gần tiệm, tôi tự nhiên thấy hồi hộp. Jane dạo này trông ra sao? Vẫn còn nét đẹp như xưa? Tôi nhớ lại cặp mắt với cái nhìn buồn đã lâu không gặp. Jane sẽ phản ứng ra sao khi thấy tôi? Đến gần hơn tôi ngỡ mình đi lạc. Thay vì *Selma Quick Stop* là một tiệm cho mướn *videos*. Đậu xe bên lề, tôi đi lại trước cửa kính tiệm nhìn vào. Rõ ràng *Selma Quick Stop* không còn nữa. Tần ngần một lúc, tôi đi đến quyết định. Vòng xe trở lại xa lộ 80, tôi đi về hướng Nam để qua cầu sang bên kia sông Alabama River.

Tôi đã nói dối Uyên để trở lại Selma với một hy vọng mong manh gặp lại Jane.

...

1975, tôi sang Mỹ, ba năm sau thì vào được đại học San Diego. Giữa cả một rừng người tóc vàng mắt xanh da rám nắng mặt trời, tôi lạc lõng và cô đơn không kết bạn với ai vì tiếng anh còn kém. Đi đâu làm gì cũng chỉ một mình, trong lớp thì ngồi hàng ghế sau cùng trong góc.

Năm thứ nhì tôi phải học lớp mình hãi nhất, lớp *Public Speaking,* dù Anh ngữ giờ khá hơn. Chính học lớp này mà tôi gặp Jane, một người con gái cũng lạc lõng như tôi, không nói chuyện với ai. Tôi ngồi cuối lớp góc phải, Jane góc trái, còn lại những mái tóc vàng, mắt xanh khác ngồi các dãy ghế đầu và giữa nói chuyện inh ỏi. Thỉnh thoảng tôi lén đưa mắt nhìn người con gái tóc vàng hung bịn dài xuống đến giữa lưng, da mặt trắng bóc, trán phúng phính tàn nhang, đôi môi hồng hồng, lúc nào cũng mặc áo sơ-mi xanh nhạt dài tay xắn cao, quần Jean rộng bạc màu, chân đi bốt dù trời nóng. Tôi nhìn Jane không phải vì thấy nàng đẹp, có lẽ lúc đó chưa thấy là đẹp, mà là lạ nhưng cái lôi cuốn tôi nhiều nhất là giọng nói của nàng, một giọng nói thật lạ tai và hấp dẫn mà tôi chỉ đã nghe qua vài lần trong những phim Mỹ khi xưa xem ở quê nhà. Nhìn mãi tự nhiên tôi thấy mến người con gái da trắng lạc lõng đồng tình cảnh ấy. Tôi muốn gợi chuyện nhưng không dám.

Ngày tôi phải lên thuyết trình là lần đầu tôi và Jane nhìn nhau. Không bao giờ tôi quên được cái nhìn của nàng dù có cả hơn hai chục cặp mắt khác nhìn mình. Lời khen bất ngờ của Jane buổi chiều hôm đó ngoài sân trước cửa lớp làm tôi ngạc nhiên lẫn thích thú.

- Anh đọc cái *speech* đó hay lắm và bài viết rất phong phú. Tôi không bao giờ có thể nói hay được như vậy trong một ngôn ngữ khác.

Lúng túng, tôi lí nhí cám ơn. Sau phút bỡ ngỡ, tôi lấy can đảm mời Jane xuống câu lạc bộ uống cà phê. Đi cạnh người con gái cao hơn tôi gần nửa cái đầu, tôi thấy con đường xuống câu lạc bộ sao còn dài hơn cả bài *speech* đọc lúc nãy, những cái nhìn của các mái tóc vàng mắt xanh đứng hai bên hành lang còn soi mói hơn những cái nhìn diễu cợt trong lớp tôi cố tránh khi đọc *speech*. Trong khi tôi lúng túng gượng gạo thì Jane rất tự nhiên. Nàng hỏi tôi ở đâu, tôi đáp mình mướn một phòng trong một *condo* khá xa trường vì nhà cửa gần *campus* đắt quá. Jane cười, nụ cười đầy thông cảm.

- Tôi cũng là sinh viên nghèo như anh ở xa đến, từ Alabama tuốt dưới miền Nam!

- Bởi thế cô có giọng nói rất lạ, rất hay. Tôi thích nghe cô nói.

Jane đỏ mặt. Từ đó đến *cafeteria* không ai nói thêm gì. Khi đó tôi có ngờ đâu chính giọng nói miền Nam của Jane đã ru tôi vào mối tình đầu trên quê hương mới này. Tôi đâm mê cái giọng nói miền Nam của người con gái Alabama, nghe sao thật ngọt thật bùi tai, dễ ru ngủ làm mềm lòng người nghe. Một quyến rũ lạ lùng. Mỗi lần Jane nói chuyện, tôi không nghe những gì nàng nói mà chỉ lắng nghe cái giọng dễ thương ấy.

- Anh có nghe tôi nói không? Jane đánh nhẹ lên tay tôi làm tôi giật mình.

- Thứ bảy này mình ra biển chơi đi! Tháng tư rồi, trời nắng lắm.

Thế là Jane là người rủ đi chơi trước. Không có xe, tôi để nàng chở đi trên chiếc Plymouth cũ kỹ kềnh càng.

Trời chiều trong xanh và nắng gắt, Jane đi trước tay xách một *cooler*, tôi đi tay không sau lưng tìm một chỗ vắng vẻ ngồi. Nhìn Jane mặc quần cụt và áo thun để lòi hai cánh tay và chân da thật trắng, tôi đùa nói nàng nên đi biển thường để da được hồng lên.

- Tôi biết đàn ông Việt Nam thích đàn bà trắng trẻo hơn da đậm, họ lại hay lăng nhăng, nhiều vợ lắm bồ.

- Sao cô biết? Cô đã có bạn trai Việt rồi?

Thêm một cái lắc đầu.

- Không! Cha tôi kể cho tôi. Ông đã đi lính ở Việt Nam và biết nhiều về xứ sở của anh. Uống bia đi xong để tôi kể cho nghe.

Nói đến đây Jane mở *cooler* lôi ra hai lon Miller, đưa cho tôi một lon rồi bắt đầu kể về thân thế nàng. Gia đình Jane nghèo, sống trong một *trailer* gần bờ sông Alabama River. Hầu hết những người sống trong vùng đó là dân nghèo, họ làm bất cứ nghề gì hay bất cứ gì để sinh sống. Năm 1968, người cha bị động viên và đưa sang Việt Nam.

- Tôi còn bé. Tôi khóc rất nhiều ngày cha tôi đi làm mẹ tôi cũng khóc theo. Đi rồi nhưng cha tôi gởi tiền về để mẹ tôi mở tiệm bán. Hết *tour* đầu cha tôi xin đi thêm một *tour*.

- Chắc ông có tinh thần chống cộng cao, tôi thán phục cha cô.

Tu một hơi bia dài xong, Jane bật cười lớn, nàng nói sau này mới biết là ông làm trong Px bán đồ lậu ra ngoài vì thế ông cố ở lại để kiếm thêm tiền nhưng chẳng may sau đó bị khám phá và đưa ra mặt trận.

Uống thêm một ngụm bia, Jane kết luận.

- Đó là tinh thần chống cộng của cha tôi.

Tôi thắc mắc hỏi tại sao Jane phải lặn lội sang tận Cali học mà không học gần nhà.

- Vì tôi muốn đi xa để biết thêm về quê hương tôi ... và để xa cha tôi.

- Tại sao? Ông ấy khó khăn với cô hay ... đánh đập cô?

- Không! Chỉ vì tôi không chịu được đầu óc kỳ thị của cha tôi nên muốn đi ở một nơi nào mà đầu óc con người phóng khoáng hơn và chấp nhận những khác biệt của người khác. Cha tôi có ... ác cảm đối với bất cứ ai không cùng mầu da với ông. Tôi thương cha nhưng không chịu được cái tính kỳ thị đó. Nói ông kỳ thị là đúng nhưng đó là đầu óc chung của những người trắng vùng đó và đó là lý do mình đi xa.

. . .

Thời gian trôi qua. Chúng tôi quen nhau thân hơn nhưng khi vào lớp vẫn người nào ngồi xó người đó. Hôm nào không có lớp khác sau giờ học chung, Sài Gòn và Alabama rủ nhau đi một quán cà phê bình dân ngoài trường để tán gẫu. Càng chơi thân với Jane hơn, tôi càng thấy mến người con gái miền Nam. Tôi thấy người con gái này không đẹp nhiều nhưng xinh và thu hút. Tôi thấy bất cứ gì về Jane đều dễ thương, từ mái tóc hung vàng cho đến làn da trắng bóc dù Nam Cali lúc nào cũng dư giả mặt trời, từ đôi môi hồng hồng cho đến hàm răng trắng đều, và nhất là đôi mắt xám lúc nào cũng trông như buồn ngay cả những lúc nàng cười.

- Cô có đôi mắt đẹp lắm, lúc nào trông cũng như mơ mộng, như buồn ... mắt cô màu xám như mầu trời ảm đạm nào chứ không xanh biếc như trời ... California.

- Mẹ tôi nói màu mắt tôi xám như mây trên bầu trời Alabama dù nơi tôi trời nắng không kém gì nơi đây. Mẹ tôi còn nói thêm khi còn bé mắt tôi xanh nhưng vì khóc quá ngày cha tôi đi nên mắt thành u buồn trông như bị mây u ám che. Mùa hè này anh đi với tôi về đó chơi vài ngày cho biết.

Tôi lưỡng lự chưa biết trả lời sao nhưng trước cặp mắt xám buồn nhìn mong đợi rồi Jane nói thêm- Đi nhe Quang, cả ba tháng hè không gặp nhau, *I'll miss you*, tôi phải gật đầu.

Trò chuyện trở nên thân mật hơn nhưng tôi vẫn chưa thấy dấu hiệu gì cho tôi đến gần Jane hơn được hay chắc vì tôi còn chưa thạo tâm lý con gái Mỹ. Sau mỗi lần đi chơi rồi chia tay về, hai người chỉ nói *Bye* rồi mạnh ai nấy đi, người leo lên chiếc Plymouth cồng kềnh người chạy lại trạm xe buýt. Tuy vậy, càng ngày tôi càng thấy mết Jane hơn. Tôi nghĩ tôi đã yêu người con gái quê miền Nam đất Mỹ, hôm nào người con gái ấy không đến lớp thì tôi thấy buồn, lòng trống trải chả muốn học.

Một chiều thứ sáu đầu tháng sáu khi khóa học mùa xuân gần hết, Jane rủ tôi đi chơi. Tôi ngờ đâu cô ta đưa tôi đi bar nghe nhạc *country*, một trong các loại nhạc tôi ghét nhất. Vào trong quán thấy mấy cái mũ cao-bồi lố nhố tôi khựng chân. Chiều Jane, tôi làm gan bước vào, cố gồng da mặt lên để làm dội đi những ánh mắt nghi kỵ thiếu thiện cảm. Tôi chỉ chiều Jane đến đó thôi, khi nàng nói muốn ra nhảy một bài, tôi lắc đầu.

Bar nhỏ không có nhạc sống. Người ta đút tiền cắc vào một cái máy *jukebox* trong góc quán. Vài cặp ôm nhau lắc lư bên cạnh máy như người đi tàu bị say sóng. Bài hát vừa dứt, một bà trắng to mập bước vội đến máy nhét tiền vào. Một điệu nhạc trỗi lên nghe quen quen nhưng tôi không nhớ tên. Hỏi Jane, nàng đáp đó là bài *Stand by your man*

- Tôi thích bài này. Sau khi cha tôi đi Việt Nam, mẹ ngày nào cũng lắng nghe radio chờ Wynette Tammy lên hát. Bà nói đàn bà phải luôn theo chồng, phải luôn nghĩ đến chồng và một lòng chung thủy. Nghe bài này nhiều lần rồi tôi cũng thích nó.

- Cô nhớ cha cô nhiều chứ?

- Tôi đã khóc nhiều vì nhớ cha. Mẹ nói tôi giống ông rất nhiều, từ diện mạo cho đến tính tình.

- Ngay cả tính ghét ai không là người da trắng? Tôi đùa.

Jane cười, đùa lại.

- Có lẽ kể cả người đàn ông da vàng đang ngồi trước mặt ... nhưng nếu ông ta chịu nhảy bài này với tôi thì khác.

Sau hai chai bia, hai *Jack Daniel shots* và nhiều mũ cao bồi đã ra về, tôi thấy đủ can đảm để ra nhảy một bài *slow* với Jane. Không thích bài này nhưng giờ tôi nghe thấy thật du dương tình tứ không biết vì men rượu hay cái nhìn mơ màng của Jane trong mắt tôi. Lần đầu tiên ôm nàng trong tay, tôi hồi hộp vô cùng. Sau mấy *whiskey shots*, đôi má Jane đỏ ửng lên, đôi môi mọng hồng, mắt ươn ướt nhìn trìu mến. Tối nay sao Jane trông đẹp thật. Càng nhìn vào mắt nàng lâu, tôi càng thấy người mình mềm ra. Tôi buột miệng khen.

- Cô đẹp lắm.

Má Jane đỏ ửng hơn. Nàng đưa mặt lại gần tôi rồi cho tôi một cái hôn thật nồng nàn. Ôi, môi và lưỡi nàng thật mềm mại. Tôi kéo Jane sát vào hơn, hôn trả lại thật mạnh bạo. Tôi thấy tim mình đập rõ từng nhịp mạnh trong lồng ngực. Lẫn lộn trong tiếng nhạc từ máy jukebox, tôi nghe có tiếng chửi thề sau lưng. Quay mặt về phía quầy, tôi thấy hai gã bụng phệ, áo phanh ngực, miệng phì phèo thuốc đang nhìn tụi tôi một cách xấc xược.

Một gã lên tiếng.

- Hai đứa tụi bay nên cút ra khỏi đây, làm trò trông chướng mắt quá.

Jane nghênh mặt đáp.

- Tại sao phải đi chỗ khác. Ông có quyền gì đuổi!

Gã mập gầm lên.

- Cô làm gì với thằng *chink* này, bộ hết đàn ông trắng cho cô rồi sao?

- Tôi đi chơi với ai là chuyện của tôi. Bạn trai tôi đây còn khá hơn mấy thằng trắng như tụi bay rất nhiều, *assholes,* đồ khốn!

Cải hai gã mập nhảy xuống ghế tiến lại vung tay lên. Tôi chụp một chai bia xấn tới nhưng chưa kịp làm gì thì bà chủ bar đã hốt hoảng chạy đến xen vào giữa hai bên, lớn tiếng can. Bà kéo Jane sang một bên năn nỉ.

- Cô và bạn cô đi giùm tôi đi, mấy chai bia đó tôi không tính tiền đâu.

Những tiếng chửi thề lăng mạ theo tụi tôi ra đến ngoài đường. Lên xe phóng nhanh ra đường, Jane môi run run, nước mắt ứa mi. Tôi cuống lên nhưng không biết nói gì để an ủi nàng. Rồi Jane rủ tôi về nhà nàng, một căn apartment nhỏ trong một khu bình dân với *carport* vắng xe tối thứ sáu. Tôi đi sau lưng lên lầu hai. Jane nói con bạn chung nhà đi vắng đến tối chủ nhật mới về. Quăng áo jacket lên ghế dài, Jane vào bếp ngay đó mở tủ lấy ra chai Jack Daniel, rót một ly đưa cho tôi.

- Mình uống tiếp đi, tiếp tục cuộc vui.

Cụng ly xong, Jane đi lại cái bàn con trong góc bếp nơi có một máy nghe băng nhạc. Lục lọi đống băng hỗn độn trên bàn, nàng lựa một cái, cho vào máy, nhấn nút.

- Mình nhẩy tiếp bài lúc nãy chứ!

"Stand by your man

Give him two arms to cling to

And something warm to come to ... "

Jane thủ thỉ bên tai tôi.

- *You'll be mine tonight.*

Men rượu Jack Daniel hâm nóng người, hơi thở Jane âm ấm mơn trớn trên má tôi, mùi thơm tỏa ra từ mái tóc dài phủ mặt tôi, tấm thân mềm mại của người con gái quê Alabama ép vào người tôi ... tất cả ru tôi vào một giấc mơ tuyệt diệu và trong cơn mơ đó, tôi thốt câu- *Jane, I love you.* Jane để nụ hôn nồng nàn hơn của nàng trả lời câu tỏ tình của tôi. Vẫn giữ đôi môi trên môi tôi, Jane với tay tắt đèn rồi đưa tôi về chiếc ghế dài. Tôi ngã xuống lên trên người nàng. Đêm đó, tôi biết thế nào là yêu cuồng nhiệt, đắm đuối, nồng nàn.

~§~

2

Chiếc Greyhound đổ tôi và Jane xuống bìa rừng bên cạnh con sông Alabama River. Khi xe vừa lăn bánh đi trên con đường đất thì cơn mưa ập đến thật nhanh. Tụi tôi chỉ kịp lấy túi xách che đầu chạy vội núp dưới mấy tàng cây.

- Vài phút thôi rồi hết mưa xong mình đi, Jane nói, ở đây tháng bảy nhưng có khi mưa bất thần đổ xuống.

Mưa tháng bảy ở đây mát chứ không lạnh như mưa mùa thu Cali. Với một khí hậu nóng và ẩm thấp, cơn mưa đem lại một cảm giác thật dễ chịu. Tôi và Jane đứng ôm nhau trong im lặng nhìn mưa rơi, tôi không thấy gì lãng mạn và trữ tình bằng.

Cơn mưa bất chợt ngừng cũng như bất chợt đến lúc nãy. Có tiếng động cơ xe đâu đó rồi một chiếc *truck* cũ kỹ lù lù hiện ra sau khúc rẽ.

- Xe lão già say rượu Tom, mình đi quá giang đi.

Vừa nói xong Jane ra đứng giữa đường đứng vẫy tay. Chiếc *truck* cũ kỹ máy kêu lạch phạch trườn đến ngừng ngay sát Jane. Một lão già tóc bạc phơ mặt hom hem chậm chạp mở cửa xe bước xuống. Lão khoác một cái áo mưa cũ rích rách bươm trông thật thảm hại. Lão đi lại ngó sát mặt Jane, mặt lão nhăn nhó cằm râu ria lởm chởm đầu đội mũ trông cũ kỹ như chính lão, miệng phì phèo ống vố, mắt kèm nhèm nhấp nháy liên tục.

- Con Jane đó hả, mày về khi nào vậy ... Còn thằng *Chinaman* kia là ai?

- Bạn trai tôi đó, lão già Tom. Ông có say không, nhờ ông chở tụi tôi về nhà.

- Mày thì tao chở chứ thằng đó tao chở về cha mày giết tao mất.

Jane cầm tờ năm đô-la quơ trước mặt lão Tom.

- Ông muốn có tiền mua chai *moonshine* thì chở.

Lão Tom trông già lụ khụ nhưng thủ thuật nhanh như cắt chụp tờ giấy bạc từ tay Jane nhét vội vào túi áo.

- Leo lên phía sau, có gì tao không chịu trách nhiệm.

Cả sự việc diễn ta trước mắt tôi như một hài kịch khiến tôi phải phì cười. Tôi không giận dù lão già say gọi tôi bằng một tên miệt thị.

Bửng sau xe truck đầy những thứ linh kinh, bẩn thỉu. Leo lên, tôi và Jane ngồi trên mép bửng, thòng chân ra ngoài. Lão Tom quay cửa kính xuống nói vọng ra sau.

- Hai đứa tụi bay đừng làm trò khi nhe, làm lão già này "hứng" lên sẽ phải nhìn đó.

Jane la lên.

- *OK, Peepping Tom.*

Chắc khoái chí vì cái tên đó, lão cười lên hăng hắc xong bắt đầu hát nghêu ngao những gì tôi không hiểu.

Chiếc *truck* từ từ lăn bánh đi từ từ giữa hai ven rừng vắng lạnh, không một bóng người, không một tiếng động nào khác ngoài tiếng xe lịch phịch và tiếng gào khàn khàn của lão Tom. Mười phút sau, xe đến trước đầu một con đường đất. Jane và tôi nhảy xuống.

- Tụi bay đi bộ vô đi, tao không muốn cha con nhỏ thấy tao chở thằng *Chinaman*.

Lão bật cười lên hinh hích xong ném cho tôi cái nhìn bỡn cợt trước khi rú ga lên.

- Lão già khốn kiếp ... Kìa, nhà em kìa, anh thấy không?

Theo ngón tay nàng chỉ, tôi thấy một căn nhà nhỏ tường sơn trắng nằm cuối con đường đất thấp thoáng sau mấy bụi cây. Jane bỏ chạy trước, tôi chạy theo sau. Gần đến nhà, Jane la to *Mom, I am home.* Cửa nhà bật mở. Một người đàn bà trên người còn mặc tạp-dề chạy ra theo sau là một con chó mực sủa inh ỏi. Bà chạy lại Jane nhưng thấy tôi thì khựng lại. Con chó thì không, nó chạy đến tôi nhe răng gầm gừ.

- Blackie, im miệng!

Jane mắng nó xong ngồi thụp xuống ôm đầu con chó vào lòng, tay vuốt ve nó.

Người đàn bà nhìn tôi xong nhìn Jane như chờ một lời giải thích.

- Mom, đây là bạn học của con từ California (quay sang tôi) Quang, đây là mẹ em.

- Tên cậu là gì? Đọc làm sao?

Mẹ Jane hỏi, cố nở một nụ cười thân thiện. Tôi nói lại tên mình thật chậm, bà lắc đầu nói tên khó đọc quá. Mẹ và con gái khoác tay nhau đi trước. Jane quay đầu lại nhìn tôi như muốn nhắc về những gì nàng đã dặn và những gì tôi đã hứa. Tôi còn nhớ trên máy bay Jane đã nói về người cha không thích dân đen, dân nâu và cả dân vàng. Ông cố nội của nàng đã từng là sĩ quan quân đội miền Nam trong cuộc nội chiến và cha nàng hãnh diện về truyền thống *Confederate*. Jane cảnh cáo trước cha nàng sẽ có ác cảm đối với tôi và có thể nói những câu nghe trái tai.

Cha Jane, một người đàn ông trung niên hói đầu mặc áo thun đen quần Jean xanh ngồi trên ghế bành bên dưới một lá cờ *Confederate* to tướng treo trên tường không đứng lên khi tôi lên tiếng chào. Cái nhìn soi mói và cái nhếch mép cười như thay cho lời chào. Jane nói khẽ *Hi, Pa* xong giới thiệu tôi. Ông ta chỉ gật gù không nói gì. Jane, mẹ nàng và tôi đứng im như ba pho tượng kê gần cửa. Cả ba chờ một lời nói, một cử chỉ từ người đối diện. Sau cùng ông ta khoác tay nói vợ vào bếp lấy hai lon bia xong đứng lên giang hai tay ra. Jane chạy đến ôm chầm lấy cha, *Pa, I missed you.*

Buông con gái ra, ông ta bảo nàng đi thu xếp cái *trailer* sau nhà cho tôi ngủ. Tôi nói cám ơn, định theo Jane ra ngoài phụ nàng dọn dẹp thì ông ta bảo tôi ngồi xuống. Hai lon bia Hamm's được đặt xuống bàn. Cha Jane mời tôi một lon. Tu một hơi dài xong bằng một giọng thiếu thân thiện, ông hỏi tôi vài câu về Việt Nam và tôi rời nước bằng cánh nào.

- Con gái tôi có kể với cậu tôi đã đánh trận ở Việt Nam?

Tôi nói có và thêm vào là Jane đã kể cho tôi về hai *tours* của ông tại Việt Nam, dĩ nhiên tôi không đả động gì đến việc ông bán đồ Px lậu. Đầu gật gù, cha Jane nói.

- Tôi còn nhớ xứ sở cậu, đẹp lắm mà cũng nguy hiểm lắm.

Ngửa cổ tu hết lon bia, mắt đỏ ngầu, cha Jane bóp cái lon móp lại rồi quăng vào xó nhà văng tục chửi thề.

- *The goddamned war! I killed a lot of Charlies there. You ain't one of them but you all sure look alike.   I went there to stop them from coming here but ..*

Tôi thấy khó chịu vì lời nói khích bác miệt thị nhưng chưa biết đối đáp ra sao thì đúng lúc đó Jane vào nhà nói đã dọn xong *trailer*, tôi nên đem hành lý sang đó.

- Jane, đêm nay mày ngủ trong đây.

Tiếng nói như gầm lên của ông ta ra đến bên ngoài. Jane lầm bầm chửi thề, lôi tôi đi ra vườn sau nhà. Chỉ cái *trailer* cũ kỹ nhiều chỗ trông như mục, Jane giải thích nhà nàng trước kia sống trong đó khi còn nghèo. Thấy tôi có vẻ tần ngần, Jane an ủi nói suốt ngày mình đi chơi ngoài, chỉ đến tối tôi mới phải chui vào đây.

Bữa cơm trưa trôi qua nặng nề. Cha Jane không ngồi chung bàn với mọi người, ông cầm dĩa thức ăn và lon bia ra ngồi ngoài phòng khách vừa ăn vừa xem truyền hình. Không biết uống bao nhiêu lon bia rồi mà mặt mày ông đỏ gay, mắt nổi gân máu, ít nói nhưng mỗi lần nói thì chửi như có chuyện gì bất mãn mà tôi nghĩ phải có liên quan đến sự hiện diện của mình trong nhà này. Tôi đưa mắt quan sát hai người đàn bà. Họ có vẻ chịu đựng, tôi đoán có lẽ cả đời họ như thế và phải đóng khuôn như vậy như là một tự vệ tự nhiên. Ăn xong cha Jane đứng lên nói có việc phải đi, đi thẳng ra ngoài leo lên xe phóng đi.

Chồng đi rồi, mẹ Jane phân bua với tôi.

- Chồng tôi vậy nhưng là người tốt bụng. Đừng để ý lời ông ta nói thì hay hơn.

. . .

Những cụm mây đen còn lơ lửng trên cao soi bóng trên giòng sông Alabama nước xanh biếc trôi lững lờ. Ôm nhau đứng dựa lưng lên chiếc *station wagon* Jane mượn của mẹ, tôi muốn kéo dài những giây phút bên cạnh nàng để tận hưởng những cảm giác đê mê vừa trong da trong thịt vừa trong lòng. Tôi thấy hạnh phúc thật êm đềm. Jane rủ đưa tôi đi thăm nhiều chỗ nhưng tôi từ chối, tôi chỉ muốn ôm nàng suốt ngày suốt tuần.

- Chủ nhật này anh về lại Cali rồi, còn em ở lại cho hết mùa hè. Lỡ mình không gặp nhau khóa học tới?

Jane bật cười.

- Em không biết đàn ông Việt Nam mấy anh dễ yêu người quá. Anh có nghĩ sẽ yêu em luôn mãi? Anh có nghĩ là mình sẽ luôn là của nhau? Mình cứ yêu nhau được ngày nào hay ngày đó, đừng tính chuyện tương lai.

Vòng tay tôi siết chặt hơn. Tôi muốn ngày này kéo dài bất tận, tôi muốn giòng sông kia ngưng chảy, những cụm mây xám ngừng trôi. Tôi không muốn đi đâu, làm gì ngoài ôm ấp Jane, nếm vị ngọt ngào trên lưỡi trên đôi môi mềm mại, cảm làn da trắng hồng mịn màng và ôi tuyệt diệu nghe từng câu từng chữ của cái giọng *Southern* ngọt lịm. Tôi lo sợ hạnh phúc sẽ sớm chấm dứt và buồn ra riết khi nghĩ đến cả mùa hè không có Jane.

- Em thấy mình không nên lo nghĩ nhiều về tương lai, cứ yêu nhau được ngày nào hay ngày đó. Em muốn mình yêu nhau ngay bây giờ.

Mây tóc che phủ mặt. Tôi không thấy gì ngoài cần cổ trắng ngần của Jane, tôi hôn lên như điên như dại, thiếu điều muốn cắn. Tay tôi chu du trên khắp người Jane. Nàng chợt đẩy nhẹ tôi ra, nói khẽ vào tai.

- Khoan đã, để mình đi chỗ này.

Lái xe dọc theo bờ sông, Jane không trả lời câu hỏi của tôi mình đi đâu, nàng chỉ cười bảo một lúc nữa sẽ hay xong sang số rú ga lên. Xe chạy thật nhanh trên con đường đất hẹp, một bên là bìa rừng chạy giật lùi về sau, bên kia là bờ sông. Đột nhiên Jane quẹo gấp vào một con đường còn hẹp hơn đi vào trong rừng rồi thắng gấp. Tôi nhào về trước suýt đập đầu vào *dash board*. Ngừng lên nhìn ra ngoài, tôi thấy xe ngừng cuối một con đường đất xung quanh chỉ toàn là cây với cối xanh rì. Một nơi vắng lặng không một bóng người, chỉ có tiếng thở dồn dập trong ngực mình. Tắt máy xe, Jane leo sang ghế tôi ngồi lên đùi. Hai mặt giáp nhau. Hơi thở nàng dồn dập không kém hơi thở tôi nhưng tôi biết không phải vì do nỗi sợ từ phóng xe nhanh.

- Em đã mơ từ lâu là một ngày nào đó sẽ làm tình ngoài thiên nhiên, giữa rừng, không một ai xung quanh, chỉ có hai thân thể trần truồng, trời, rừng và không khí, chỉ có hương thơm của cỏ của lá của đất và mùi mặn mà của dục tình. Hôm nay anh là người giúp em đạt giấc mơ đó. Đừng vội vã! Hãy cùng nhau tận hưởng lạc thú với nhau.

Tôi đờ đẫn nhìn Jane từ từ cởi áo và nịt vú quăng ra ngoài cửa xe. Bộ ngực tròn trĩnh sao thật mềm mại mịn màng dưới hai bàn tay tôi mân mê nâng niu. Jane luồn tay tìm nắm cửa xe. Cánh cửa bật mở. Cả hai ngã lăn ra ngoài, ôm nhau lăn lộn trên bãi cỏ mát rượi. Bín tóc vàng hung xổ ra và toàn thân trắng mướt nổi bật trên nền cỏ xanh tươi.

Gió mơn trớn trên da, đùa nghịch trên tóc. Những sợi tóc hung vàng đùa trên mặt tôi, đâm vào mắt vào miệng rồi cả mái tóc che mặt, tôi rúc mặt vào gáy Jane, hôn lên cổ lên má lên môi. Nàng co rúm người lại, bật cười khanh khách thật to. Tôi chới với, điên cuồng, hùng hục. Tôi bơi cuồng dại trên tấm thân đó. Dưới thế gian cuộc mây mưa đang khởi sự, trên trời mưa đen cũng bắt đầu giăng, vài giọt nước rơi trên lưng trên tóc. Giữa chốn tĩnh mịch của khu rừng, chỉ có tiếng thở hổn hển của tôi và tiếng rên rỉ của Jane. Những ngọn cỏ quằn quại dưới tấm lưng oằn oại. Vòng tay sau lưng sau hông siết chặt, những móng tay bấu trên lưng lên mông đến rướm máu, hai đôi chân quặp vào nhau, hai đôi môi hấp tấp tìm nhau. Rồi Jane ưỡn người, nấc lên. Rồi vòng tay nàng lỏng đi. Vòng tay tôi cũng lỏng đi, mệt nhoài buông xuôi. Jane nằm vật xuống cạnh tôi, hơi thở dồn dập, ngực lên xuống phập phồng.

Trên cao bầu trời kéo thêm mây xám.

-Sắp mưa, quá mệt tôi chỉ thốt được hai chữ.

- Mây xám khắp nơi.

- Trời trông còn buồn hơn hai mắt xám của em.

Jane lăn người ngồi lên trên bụng tôi. Nàng cúi mặt xuống hôn tôi thật sâu. Tôi vén tóc Jane sang một bên để nhìn rõ hơn nét thoả mãn mệt mỏi trên mặt nàng. Mắt Jane long lanh. Vài giọt nước rơi trên mặt tôi. Đôi mắt nàng đẹp vô ngần, làm tôi nhớ lại cái nhìn đầu tiên trong lớp ngày lên đọc *speech*.

- Anh sẽ không bao giờ quên mắt em.

- Không bao giờ!

Những giọt nước mưa nặng hột rớt trên da thật mát, không lạnh như bờ biển miền Tây. Tôi và Jane nằm đó nhìn lên xem những giọt mưa từ trên mây trên cành rơi xuống lên mặt lên hai thân thể trần truồng tênh hênh nằm ngửa.

. . .

Cái lon bia bị bóp méo ném vào ngưỡng cửa khi Jane và tôi vừa bước vào, cả hai đầu tóc quần áo còn ướt nhẹp, giầy sũng nước nhiễu xuống sàn. Cái nhìn rực lửa của cha Jane ngồi trên chiếc ghế bành trước máy truyền hình có hiệu lực hãm tôi và nàng ngay tại chỗ. Mẹ Jane đứng trong bếp trước bàn ăn ném cho tụi tôi cái nhìn lo lắng lẫn đầy thắc mắc.

Dù đã được Jane bầy trước, tôi vẫn thấy lo.

- Hai người đi đâu mới về trông thảm hại thế?

Câu hỏi thốt ra từ khuôn mặt đỏ gay. Vài giây im lặng giữa câu hỏi của cha Jane và câu đáp của nàng đủ để bầu không khí nặng nề trong phòng trở thành dày đặc hơn.

- Con chỉ đưa bạn con qua cầu vào tỉnh để xem *downtown* thôi. Khi về thì xe bị lọt hố phải xuống đẩy nên bị mắc mưa.

- Nói láo! Đời nào mày dám sang đó, bên đó chỉ toàn một lũ mọi đen nhìn đàn bà con gái da trắng hau háu như muốn lột truồng bằng mắt.

- Thật mà, ba không tin thì hỏi Lawson, gặp nó trước rạp xi-nê.

Cha Jane lừ lừ mắt nhìn sang tôi. Ông nhếch mép hất hàm hỏi.

- Cậu biết thằng Lawson là ai không? Đáng lẽ nó là con rể tôi nhưng con Jane chê nó, nói nó là *redneck*, ít học, chậm tiến, nhưng chê để làm gì, chê một người có công ăn việc làm gia đình đạo đức có tín ngưỡng thờ Chúa để rốt cuộc đem về một *Chinaman*. Thật bất hạnh!

Tôi chờ một phản ứng mạnh mẽ từ Jane như đêm hôm nào trong cái quán cao bồi ở Cali nhưng chỉ thấy một im lặng trên khuôn mặt buồn. Tôi thấy như lòng mình trùng xuống. Cha Jane bật cười lên khanh khách. Chắc ông nói đúng tim đen con gái.

- Tao đã nói mày, giờ thì quá trễ, cái con mập đít bè lấy nó rồi.

Thêm một bữa cơm trong bầu không khí ngột ngạt. Ăn chưa xong bữa, cha Jane giận dữ đứng lên cầm chìa khóa xe đi ra. Cánh cửa bị đóng rầm thật mạnh đến rung nhà, cả ba người còn ngồi tại bàn giật nẩy người. Tôi ngỏ lời xin lỗi với người mẹ, chỉ vì mình mà gia đình bị xào xáo. Bà khoác tay ngụ ý đừng lo.

- Chồng tôi nóng nảy nhưng nói đúng, con Jane không nên đưa cậu sang bên kia cầu. Tỉnh bây giờ nhiều nơi trở thành *slum* vì ... họ dọn vào ở rất đông, mấy người đen đó, từ ngoại ô dọn vào để xếp hàng xin *welfare*, đó là tiền thuế dân da trắng đóng từ mồ hôi lao động của mình. Họ khỏe mạnh nhưng không chịu đi làm như người da trắng mà phải xin tiền trợ cấp rồi suốt ngày tụm năm tụm ba đứng đầu đường. Họ còn trộm cướp và dùng ma túy.

Bà lắc đầu thở dài kể tiếp về nỗi lo lắng cho tình hình an ninh trong khu mở tiệm.

Câu nói của Jane tiếp theo làm tôi vô cùng ngạc nhiên.

- Mẹ nói đúng. Trong trường con chỉ có vài đứa đen, chỉ toàn trắng và vàng như Quang đây. Tụi đen không có đầu óc như dân trắng và dân Á đông. Tụi nó chỉ có bắp thịt mà rồi cũng không dùng cho việc gì có ích.

- Mẹ thấy người da vàng có tinh thần siêng năng làm ăn chứ không như lũ đen. Họ cần cù dành dụm như bà Tàu chủ tiệm giặt *Lee's Dry Clean* gần tiệm của mẹ. Đến từ sáng sớm, tối khuya mới về, cả hai vợ chồng làm lụng, con cái thì vào đại học.

Không biết mình nên hãnh diện vì lời khen chủng tộc vàng hay bất mãn về tính chất kỳ thị trong lời nói của Jane và mẹ nàng, tôi im lặng ăn cho xong bữa.

. . .

- Lawson là ai?

- Không là ai hết, anh đừng hỏi nữa.

Trong ánh trăng chiếu vào trong trailer qua ô cửa sổ nhỏ bé, tôi tìm những nét thành thật trên mặt Jane đang dựa trên vai tôi. Cả hai ôm nhau nằm trên cái giường hẹp chăn gối hất tung xuống sàn. Sau một *quickie*, Jane vội mặc quần áo vào sẵn để chạy vào nhà cho kịp khi cha về. Từ *trailer* có thể thấy ánh đèn xe quen thuộc nhấp nhóm lên xuống trên con đường đất ổ gà gập ghềnh cách nhà độ trăm thước.

- Em không hối tiếc gì về chuyện xưa với hắn?

- Không, nhưng đã bảo anh đừng hỏi về tên đó nữa (thở dài), chuyện xưa đã qua rồi.

- Bây giờ thì anh hiểu tại sao em nói anh không là mối tình cuối của em.

Chắc không hiểu ý tôi, Jane nhíu mày nhìn. Đôi mắt nàng rực sáng ánh trăng vàng. Tôi hôn lên đôi mắt đó. Tôi nói muốn sáng mai vào tỉnh đi xem cho biết. Jane vừa nói OK thì có tiếng động cơ xe đằng xa xa. Nàng nhoài người lại sát cửa sổ hẹp nhìn ra ngoài, thốt lên.

- Ông già em về kìa, mai gặp lại.

Cánh cửa đơn của *trailer* khép lại nhẹ, Jane biến mất vào bóng đêm. Năm giây sau, ánh đèn xe quét ngang sân trước nhà. Tiếng cửa xe đóng xầm rồi tiếng giầy đi lại gần. Tôi vờ ngủ, tai giỏng lên cố nghe từng tiệng động nhỏ. Im lặng vài giây rồi tiếng giầy nhỏ dần. Tiếng cửa nhà mở kẽo kẹt.

~§~

3

Chỉ một ổ gà khá lớn còn đầy nước mưa sát vệ đường, tôi nói.

- Cẩn thận! Xe lọt vào đó thì lại hư giống như hôm qua như là đã nói ông già.

Jane phá lên cười xong cố tình lao đầu xe về hướng ổ gà làm tôi la hoảng lên. Nàng sáng nay trông thật vui làm tôi vui lây. Chỉ còn hai ngày nữa là tôi phải rời xứ này và phải chờ suốt mùa hè mới gặp lại Jane. Nếu không vì hai lớp hè tôi đã ghi danh và nếu trong túi dư giả tiền thì tôi đã mướn một phòng ở lại đây cho đến tháng Chín. Cái vui của Jane khiến tôi tạm quên nỗi buồn để hưởng hạnh phúc hai ngày còn lại.

Xe nhập vào giòng lưu thông trên xa lộ 80. Jane vẫn giữ tốc độ nhanh. Mười phút sau, đầu cầu Selma thấp thoáng sau mấy rặng cây.

- Đây là cầu *Edmund Winston Pettus,* còn xa lộ nằm trên cầu thì tên là *Selma to Montgomery March.*

Hoàn toàn mù tịt về lịch sử địa phương, tôi lắc đầu nói mình không biết gì. Jane giải thích *Pettus* là tên một vị tướng Nam quân *Confederate* thời Nội chiến Nam Bắc và *Selma to Montgomery March* là tên đặt ra để kỷ niệm cuộc tuần hành của người da đen từ Selma về Montgomery để đòi quyền bình đẳng bầu cử.

- Em có vẻ thông thạo lịch sử đấu tranh của dân đen nhỉ, tôi nhận xét.

- Vì cuộc đấu tranh của họ đáng kính phục.

- Thế còn những người đen tụ họp ngoài đường, những người xin trợ cấp, những người dùng ma túy và những người không có đầu óc mà chỉ có bắp thịt nhưng không đi làm thì sao ... như em kể tối hôm qua?

Jane nhún vai không đáp. Xe vượt qua cây cầu ngắn vào thành phố có tên tuổi trong lịch sử Hoa Kỳ.

Mấy ngày trước từ phi trường Birmingham đến ngồi trên Greyhound tôi không thấy gì nhiều, chỉ thấy một thành phố còn ngái ngủ vào sáng sớm đường phố vắng hoe và tôi còn mệt mỏi vì chuyến bay dài và chệch giờ chưa quen. Bây giờ gần trưa thành phố nhộn nhịp người ta qua lại, vài khúc đường đông xe khiến Jane phải đi chậm lại cho tôi có dịp quan sát cảnh vật. Vào *downtown*, phố xá đông đúc hơn. Nhiều người thấy tôi ngồi chung xe với một người con gái da trắng nhìn đăm đăm làm tôi vừa ngượng vừa bực. Tôi đề nghị ghé lại cửa tiệm mẹ nàng để thăm. Jane vòng xe rời *downtown* đi một đỗi rồi vào một khu có vẻ bình dân. Nhà cửa đây trông xập xệ hơn trông cũ kỹ hoặc thiếu chăm sóc, đường phố với những thùng rác vương vãi khắp nơi, xe đậu hai bên đường cũ kỹ, có chiếc mất cả bánh. Ngoài *downtown* chỉ thấy những khuôn mặt trắng, vào đây những khuôn mặt đen nhiều hơn. Họ đứng từng nhóm vài người hút thuốc hay cầm lon bia hay chai rượu dấu trong bao giấy nâu ngửa cổ tu. Jane lên ga nhanh hơn như chạy trốn ai. Sau vài dẫy phố, con đường trông khá hơn một ít, bớt đi mấy khuôn mặt đen. Xe đi chậm lại.

- Kìa, tiệm giặt *Lee's Dry Clean* mà mẹ em nói hôm nọ.

Nhìn theo tay Jane chỉ về phía trước, tôi thấy một tiệm giặt đồ nhỏ trong xó đường. Xe chạy ngang qua tiệm, một khuôn mặt đàn bà Á châu đứng tuổi lấp ló đứng sau quầy.

- Còn tiệm của mẹ em đâu? Tôi hỏi.

- Kia kìa, nhưng hôm nay đóng cửa. Sáng nay mẹ nói phải để thợ sửa bên trong.

Một tiệm *convenience store* bên ngoài cửa sắt kéo ngang bên trong cửa kính đóng kín mít. Vài thanh niên đen đứng lảng vảng trên lề đường nhìn vào trong chỉ trỏ gì. Chợt mấy tên đen quay lưng bỏ đi như gần như chạy. Tôi vừa có ảo tưởng bọn chúng bỏ đi vì thấy mình thì từ sau một xe cảnh sát vượt lên nhưng thay vì rượt theo bọn đen, chiếc xe sơn xanh đen quặt tay lái xấn vào trước mũi xe *station wagon* làm Jane phải thắng gấp, cả hai chúi nhủi đầu về trước. Cánh cửa xe cảnh sát bật mở, một người cảnh sát cao mập, bụng phệ ra trước như thùng tô-nô bước xuống xe lừng khừng đi lại. Ông ta một tay đặt trên khẩu súng lục trong bao đeo bên hông, tay kia gầm dùi cui lủng lẳng.

- Chắc hắn chặn mình vì anh, tôi thì thầm.

Người cảnh sát gõ đầu dùi cui lên cửa kính xe. Jane quay kính xuống.

- *Miss*, xin cho xem bằng lái xe.

Cầm cái bằng nhỏ bằng bàn tay ngang trước mặt, gã cảnh sát liếc nhanh xong đưa mắt lên nhìn tôi hất hàm, giọng thật sẵng.

- *Hey you there*, căn cước.

Có lẽ ID của California phức tạp hơn bằng lái xe Alabama mà sao hắn đọc thật lâu.

- Từ California qua đây làm gì?

- Thăm viếng, tôi cố tình trả lời cộc lốc hơn câu gã hỏi.

Trả lại giấy tờ, hắn nói thõng một câu, đừng bắt chước làm chuyện phi pháp như mấy thằng *nigger* kia để tao phải bắt ... và cũng đừng ở đây lâu, trước khi quay lưng đi.

Chờ gã đi xa tôi mới quay sang Jane.

- Đây là *Southern hospitality* của xứ em?

Jane không đáp, chỉ nhún vai, lên ga tách xe ra khỏi lề. Tôi nghĩ những chuyện như vầy xảy ra hàng ngày với những người dân da đen ở đây không có gì là lạ đối với nàng.

- Anh nhớ theo luật của Mỹ thì cảnh sát cần có *probable cause* mới chặn dân được.

Jane vẫn không đáp lại, có lẽ nàng nghĩ một thanh niên da vàng đi chơi chung xe với một cô gái da trắng là một *probable cause* để bị cảnh sát hạch giấy tờ. Jane rủ đi xem phim *The Deer Hunter* đã chiếu được mấy tuần, để biết về Việt Nam. Đã xem phim này rồi và không thích mấy vì những sai lệch trong cốt truyện phim, tôi lắc đầu. Vuốt ve đùi tôi, Jane nói nhỏ trong rạp tối lắm và vắng người nữa. Tôi bật cười nói OK thì đi.

Xe trở lại khu *downtown* với đường phố cửa tiệm khang trang bỏ lại đằng sau những con đường bẩn thỉu với những đống rác vương vãi và những nhóm người da đen thất nghiệp đứng rải rác uống bia. Chưa đầy năm phút, xe chui vào một bãi đậu bên kia đường một rạp xi-nê. Vài người đứng xếp hàng trước phòng bán vé. Một tấm bích chương to tướng trên tường, đầu một con nai, khuôn mặt một người lính *Special Force* đội mũ xanh. Thấy Jane vui, tôi cố dấu cái mặt miễn cưỡng của mình lại, cùng nàng băng qua đường.

Hàng người đứng chờ mua vé lưa thưa. Để tránh những cái nhìn dị nghị, tôi tránh đứng gần Jane, tôi biết tính nàng dạn, có thể ôm tôi hoặc ngay cả hôn một cách rất tự nhiên.

- *Oh my God, look who's here ... with her new boyfriend!*

Tôi quay lại nhìn sau lưng. Một thanh niên trắng cao hơn tôi cả một cái đầu, tóc vàng, mặt bướng bỉnh, cái nhìn quá nhiều tự tin đến ghét, cằm bạnh, cổ to, người đô con, bên cạnh là một thiếu nữ lùn và mập, cũng trắng, tóc vàng. Jane bối rối ra mặt. Không cần hỏi, tôi đoán tên to con này là bạn trai cũ của Jane mà cha nàng nhắc đến đêm hôm qua. Sau vài giây, Jane ngượng nghịu giới thiệu tôi. Cái bắt tay siết thật chặt như để khoe một sức mạnh thể xác, tôi nhịn đau, cố nở một nụ cười xã giao.

- Tụi tôi chỉ đến xem ở đây chiếu phim gì khác ngoài *The Deer Hunter*, phim này xem bên California rồi. Không có phim nào khác hay. Thôi, đi nhe. Bye!

Không chờ hai người kia nói gì, Jane lôi tôi đi như chạy qua bên kia đường. Nàng phóng xe về lại *downtown*. Mất hứng đi chơi, tôi đòi về. Thấy Jane xụ mặt, tôi áy náy, nói ghé mua sandwich đi vào rừng picnic cho đến chiều. Nghe nói đi vào rừng, Jane cười ngay.

. . .

Bất kể những cái nhìn xoi mói, những lời xì xầm xung quanh, tôi và Jane hôn nhau thật lâu trước khi tôi xách bị đi vào *ram* lên máy bay. Jane đã nói sẽ gặp lại vào khoá mùa thu. Hai người sẽ cùng mướn chung một *apartment*, sẽ cùng đi học, về cùng, nấu cơm chung, ăn chung và ngủ chung. Tôi ra đi mà trong lòng đầy nhớ thương lẫn hy vọng. Suốt đời tôi chưa bao giờ yêu ai, quen với ai với nhiều hy vọng như lần này. Tôi không dám nghĩ xa đến chuyện tôi và Jane thành vợ chồng nhưng tưởng tượng ra hình ảnh sống chung hạnh phúc trong vòng ba tháng tới làm tôi ngây ngất. Từ cửa sổ phi cơ tôi không thấy rõ được ở dưới nhưng biết chắc Jane đang dựa trán lên cửa kính của phòng đưa tiễn, cố tìm khuôn mặt tôi sau một ô kính nhỏ nào trên sườn máy bay. Khuôn mặt dễ thương má phúng phính tàn nhang cặp môi hồng và đôi mắt xám như bầu trời ảm đạm Alabama chiều nay tôi không thể quên được. Tôi tin tưởng sẽ thấy lại khuôn mặt đó. Đầu óc tôi đầy những mơ tưởng trên suốt chuyến bay về Nam Cali.

. . .

Bà thư ký mập mạp trong văn phòng *work study* lắc đầu nói không có tin tức gì về Jane. Từ ngày khóa mùa thu khai giảng mấy tuần trước, bà không thấy nàng đâu hết và cũng chẳng thấy đơn ghi tên xin làm chương trình *work study* dành cho sinh viên nghèo như khóa trước. Đây không phải là lần đầu tiên tôi ghé lại để hỏi về Jane. Buồn bã đi ra, tôi ngó quanh với hy vọng thấy người con gái tôi yêu và nhớ vô cùng đứng đâu đó. Nhưng không, không bóng dáng người con gái ấy đâu hết. Chả lẽ Jane đã không trở lại trường sau mùa hè?

Những ngày sau đó tôi đi khắp *campus* lùng tìm, tôi đi từng phòng học từng *computer lab chemistry lab* vào những giờ khác nhau nhưng hoàn toàn thất vọng. Định ghé hỏi cô bạn *roommate* của Jane nhưng không có xe và không nhớ đường, tôi đành chịu. Cũng không có địa chỉ, không số điện thoại bên Alabama. Tôi cảm thấy bất lực và cô đơn hơn trong biển người lạ, thui thủi một mình. Nhớ Jane vô cùng, tôi không thiết học. Khóa mùa thu đó tôi bị "C" cho mọi lớp.

Rồi khóa mùa đông đến. Rồi Giáng Sinh cũng sắp lại. Tôi lang thang lạc lõng trong các *shopping malls* nhìn thiên hạ tung tăng hạnh phúc trưng diện mua sắm. Nghèo, cô đơn, thất tình, tôi biết mùa Giáng sinh năm nay sẽ là một chuỗi ngày buồn thảm.

Thế rồi tôi tình cờ gặp một nhóm sinh viên đồng hương. Họ đã lập được một hội ái hữu sinh viên Việt Nam trong trường. Tôi không gia nhập nhưng thỉnh thoảng ghé hội trò chuyện cho đỡ buồn. Sau vài lần đi chơi với nhóm sinh viên này, tôi gặp Uyên, một thiếu nữ cũng sang Mỹ từ bảy mươi lăm. Tôi mời Uyên đi dự buổi dạ vũ Giáng Sinh liên trường. Buổi chiều buổi dạ vũ, tôi mượn được xe của chủ nhà đến đón Uyên đi. Nhìn nàng duyên dáng trong chiếc áo dài vàng nhạt và mái tóc dài đen tuyền rũ xuống hai bờ vai nổi bật trên lớp vải vàng óng ánh, tôi nghĩ tim mình đã rời vùng đất xa vời nào dưới miền Nam nước Mỹ để trở về lại với giải đất hình chữ S xa xôi.

Đêm hôm đó dìu Uyên trong một bài rumba, tôi nói thầm bên tai nàng, Uyên đẹp quá. Nàng e thẹn cúi mặt. Không nụ hôn nồng nàn như mấy tháng trước cho tôi cảm giác nóng bóng nhưng những cái chớp mắt e thẹn đã cho tôi cảm giác bồi hồi ngượng ngập như thời còn học trung học theo đuổi một hình bóng nào đó trong tà áo dài trắng thướt tha. Ba tuần lễ nghỉ Giáng Sinh sao mà thật dài. Tôi nôn nóng chờ khoá mùa Đông khai giảng. Gặp lại Uyên trong *campus*, tôi mừng vô cùng. Khoá đó tôi và Uyên tình cờ học chung một lớp, ngồi cạnh nhau, không phải mỗi người một góc như tôi và Jane ngày nào.

Uyên cho tôi hôn nàng lần đầu trong buổi dạ vũ Tất Niên. Mỗi lần nghe bài *Unchained Melody* là tôi thấy mềm người đi và nhất là ôm trong vòng tay một tấm thân nhỏ nhắn mềm mại của người con gái đã chế ngự lòng mình. Tôi đắm đuối nhìn Uyên rồi mất tự chủ. Đèn mù mờ nhưng tôi vẫn thấy mắt nàng long lanh, cái nhìn như mời mọc. Uyên không quay mặt đi khi tôi từ từ cúi xuống hôn lên môi nàng và đón nhận cái hôn của tôi như đã chờ từ lâu.

Sau buổi dạ vũ, tôi đưa Uyên về và hôn nàng một lần nữa. Uyên cười, nói gặp lại trong trường tuần tới. Lái đi, tôi thấy trong lòng tràn trề hạnh phúc. Những gì mất mát sau Jane giờ được bù đắp bởi Uyên. Thôi! Giã từ mái tóc vàng hung, cặp má phúng phính tàn nhang, đôi mắt xám buồn ảm đạm như bầu trời trên cánh rừng mây mưa. Đến đầu đường đèn đỏ ngừng xe, tôi bật radio lên, tay vặn nút tìm đài nghe nhạc.

"Stand by your man

Give him two arms to cling to ..."

Tôi chợt cảm thấy bồi hồi, nhớ lại lần nhảy đầu tiên nhảy bài slow với Jane trong cái bar cao bồi, rồi đêm đó về gác trọ và những kỷ niệm của chuỗi ngày tháng sau đó. Không, tôi vẫn chưa quên Jane, tôi không thể quên được Jane nhưng chính nàng đã bắt tôi phải cố quên đi để cho hạnh phúc bên Uyên được trọn vẹn.

Tôi tắt radio, trầm ngâm lái xe.

~§~

Cuối

Gần đến đường Dallas, lưu thông xe chậm hẳn lại. Nhìn đoàn xe dài uể oải lăn bánh đằng trước, tôi băn khoăn không biết với thời gian từ đây đến đầu cầu tôi còn ý định qua bên kia không. Đành rằng Uyên không biết gì về ý định của tôi nhưng tôi vẫn thấy áy náy vô cùng về việc lén đi tìm Jane, áy náy và lo sợ vì bản ngã yếu đuối của chính mình sẽ làm mình sa ngã khi gặp lại người xưa.

Sau khi tốt nghiệp và tìm được việc làm, tôi hỏi cưới Uyên. Ngày đầu đưa nàng về nhà, tôi nhớ lại lời hứa của Jane khi cùng chia tay nhau tại phi trường Birmingham. Những tháng năm sau đó tôi nhớ Jane ra riết. Nhiều lần vợ chồng ăn nằm với nhau, đắm đuối nhìn Uyên tôi thấy lại đôi mắt xám buồn mà có lần Jane nói mình không thể nào quên được. Có khi tôi nhớ nàng đến thẫn thờ làm vợ gặng hỏi khiến tôi lúng túng nói dối quanh. Mỗi ngày mỗi giờ có gì trong tôi thôi thúc trở lại chốn này để gặp lại người xưa dù không chắc nàng còn đây.

Đầu tháng Ba trời hong hanh mát, tôi quay cửa kính xe xuống trước. Tiếng nhạc *country* từ chiếc truck phía trước vọng lại làm tôi tự động đưa tay mò nút radio bật máy lên. Một bài hát *country* vừa hết. Một cách máy móc, tôi vặn nút rà tìm đài chơi nhạc cổ điển thường nghe. Tiếng người xướng ngôn viên.

... đoàn tuần hành sẽ bắt đầu đi bộ đúng giờ dự định từ Selma qua cầu Edmund Winston Pettus về Montgomery. Lưu thông trên xa lộ 80 do đó sẽ bị ảnh hưởng vì cuộc tuần hành kỷ niệm hai mươi năm ngày Bloody Sunday ngày Bảy tháng Ba năm 1965...

Bây giờ tôi mới biết tại sao suốt trên các con đường dẫn về cầu đã thấy nhiều nhóm người đen đi chung với nhau. Nhìn ra ngoài xe, tôi thấy số người đi bộ càng nhiều thêm, có cả nhiều người da trắng. Họ đi về hướng cây cầu bắc ngang sông Alabama River, họ đi ngập vỉa hè, xuống cả dưới đường làm xe cộ phải đi chậm lại. Biết đâu có Jane trong đám người đó? Tôi dõi mắt tìm nhưng không thấy khuôn mặt quen thuộc. Tôi lái xe thật chậm sau lưng đoàn người. Họ vừa đi vừa vỗ tay hát.

Hai hàng cảnh sát đứng hai bên đường trước đầu cầu, không chó bẹc-giê, không xe cứu hỏa với vòi rồng hươm sẵn như hai mươi năm về trước. Đoàn người tuần hành vẫn tiếp tục vỗ tay cất tiếng hát tiến tới. Chợt có tiếng loa la hét từ đâu lớn dần len lỏi vào lẫn trong tiếng hát đoàn tuần hành. Từ xa một nhóm độ hơn chục người mặc áo trắng dài xuống chân đầu thì chùm khăn trắng lù lù tiến đến. Lũ *white supremacist*. Cảnh sát vội di động tạo thành một hàng rào giữa hai nhóm. Một tên trong bọn quá khích cầm loa đưa lên miệng và bắt đầu gào thét trong khi mấy tên khác giơ nắm tay lên không miệng gào thật to *"White power"*. Để đáp lại, những người trong đoàn tuần hành cất tiếng hát to lên, vỗ tay nhịp nhàng rầm rộ hơn. Tôi cảm thấy kích động vô cùng, lấy máy chụp ảnh ra để trên đùi sẵn sàng.

Tên *white supremacist* cầm loa gào to hơn.

"We don't hate nobody. We love the niggers in Africa, the Chinamen in China, the Mexicans in Mexico but this is America, white men's land. White power!"

Tôi nhớ lại hình ảnh người đàn ông ngồi chễm chệ trong ghế bánh dưới ngọn cờ *Confederate* dạo nào bên kia bờ sông Alabama River với bộ mặt dữ dằn và nụ cười khinh mạn. Sống giữa đám người đó, không biết Jane có còn giữ được bản tính hòa đồng, không phân biệt màu da. Nàng như búp măng sen giữa đầm "gần bùn mà chẳng hôi tanh mùi bùn". Nàng đã yêu tôi, một thanh niên da vàng lạ mặt nghèo từ chân trời xa xôi nào lưu lạc đến. Tôi muốn nhìn lại đôi mắt xám buồn vời vợi và tôi sẽ hỏi nàng tại sao đã không về lại California.

Nỗi nhớ nhung Jane tưởng đã chôn vùi sâu trong tâm khảm giờ bùng lên mãnh liệt khi xe đến gần con sông. Tôi phải nghe lại cái giọng nói quyến rũ ấy một lần nữa. Tôi phải sang bên kia sông tìm lại căn nhà tường sơn trắng nằm cuối một con đường đất. Và tôi sẽ đưa Jane vào cánh rừng xanh một lần nữa và khấn trời một cơn mưa vần vũ sẽ đến.

"White power! White power!"

Những tiếng gào khàn khàn của bọn chùm khăn trắng với vài giọng the thé xen lẫn nghe to hơn rõ hơn hung hãn hơn khi đoàn tuần hành đi gần đến nơi bọn chúng đang tụ tập.

"I hate the niggers, the Chinamen and the greasers."

Tôi đạp thắng xe. Cái giọng con gái miệt Nam thật quyến rũ một thời làm tôi mê mệt và đưa tôi về lại chốn này sao bây giờ chứa đầy những thù hằn. Đưa máy chụp hình lên, tôi nhắm vào người con gái đang đứng trên bục miệng đang buông những lời hằn học căm thù. Tôi *zoom* ống kính lại sát mặt lấy *gros plan*. Đôi mắt xám buồn đó của ngày xưa giờ rực lửa căm hờn. Cái nhìn dịu dàng trước kia nay được thay thế bằng những tia lửa bắn ra từ con người. Tôi sững sờ lẫn đau đớn, buông máy ảnh xuống không bấm tấm nào. Người con gái bước xuống bục đi lại một tên trắng cao lớn. Họ ôm lấy nhau. Gã con trai quàng tay qua vai người con gái, ôm nàng sát vào người như ra vẻ che chở. Hắn ngẩng mặt nhìn thẳng vào đoàn tuần hành, ném cho họ cái nhìn thách thức. Cái nhìn đầy tự tin, cái cằm vuông bạnh trên một cái cổ to như cổ bò ấy mà tôi đã một lần thấy trước kia.

~ Hết ~

Åo

Chi bỏ lửng câu nói nhưng tôi biết ý Chi nói còn nhiều cái về nàng tôi không biết. Tôi đoán Chi không muốn tôi hỏi thêm nên nàng đột nhiên đứng lên, phủi quần rồi nói phải đi. Cũng như Thức, Chi không mời tôi đến chơi. Có lẽ nàng biết tôi còn nhớ cái đầu vú hồng hồng của mình.

1

Gặp lại Thức sau một thời gia khá lâu, tôi thấy anh khác hẳn đi. Anh trông trẻ hơn trước nhiều. Dù Thức lớn hơn tôi gần một thập niên, có lẽ tôi trông già hơn anh. Trưa hôm đó ghé vào tiệm phở gần sở để làm một tô, tôi đi ngang qua một bàn thấy một người đàn ông ngồi nom quen quen. Mon men lại gần, tôi nhận ra anh dù mái tóc muối tiêu húi cua trước kia bây giờ là một mái tóc nghệ sĩ, dài, bồng bềnh và đen hơn. Cách phục sức cũng khác xưa, chiếc áo sport ngắn tay để lộ đôi tay trần rám nắng. Tôi lên tiếng chào, anh đưa tay mời tôi ngồi cùng bàn. Tôi nói mình không nhận ra anh vì anh trông trẻ đi nhiều, anh chỉ cười không nói gì, hỏi tôi ăn gì để anh gọi. Tôi không thấy nụ cười đượm ít gì hãnh diện tôi thường thấy nơi các người đàn ông lớn tuổi hồi xuân.

- Chị đâu anh? Tôi hỏi.

Đến lượt Thức nhìn tôi như thể đánh giá mức thành thật trong câu hỏi. Đặt đũa xuống, anh từ tốn trả lời giọng ồ ề, loại giọng không thể nói nhỏ được.

- Tụi tôi xa nhau rồi.

Chỉ mới vài năm, quãng thời gian thật ngắn thế mà ... sao lại có thể xảy ra nhanh chóng thế!

Tôi nhớ dạo đó họ rất quấn quít hạnh phúc. Thật lạ! Hẳn có chuyện gì to tát xảy ra để đưa hôn nhân của Thức và Chi, vợ anh, đến chỗ đổ vỡ. Nghĩ thế nhưng tôi ngại không dám hỏi vì tính không thích hỏi tới chuyện gì không tốt đẹp sợ làm người trong cuộc thêm buồn. Tôi hỏi sang việc làm và bây giờ anh ở đâu. Anh nói vẫn làm chỗ cũ, về nơi ở thì hiện đang thuê lầu trên một căn nhà hai tầng trên đường Sloat đối diện với sở thú. Anh nói vậy nhưng không mời tôi đến chơi. Kêu hầu bàn đến trả tiền xong anh đứng lên chào tôi rồi đi thẳng ra cửa.

Ngồi trước tô phở ăn dở, tôi trong lòng ngổn ngang những thắc mắc.

Giữa những thắc mắc đó là một tia hy vọng lóe lên. Tôi biết Chi vẫn còn đẹp dù đã hai con. Tôi để ý đến cô nàng từ lần đầu tiên gặp tại nhà họ. Khi đó vợ chồng chỉ mới có một đứa con trai đầu lòng. Giờ nó đã năm sáu tuổi. Một buổi chiều thứ bảy tôi đến đón Thức tại nhà để chở đi đánh domino tại nhà một người bạn khác. Chi đang ngồi trong phòng khách cho con bú. Nàng vạch áo sang một bên hở nửa cái vú bên phải, đứa bé sơ sinh đang mút đầu vú mẹ nó chùn chụt. Thấy tôi vào, Chi thản nhiên tiếp tục nhiệm vụ người mẹ không một chút ngần ngại trong khi thì tôi cảm thấy thẹn thầm. Lúc đầu tôi nhìn lơ đãng ra ngoài đường nhưng từ từ liếc ngầm về hướng Chi ngồi. Chắc nhiều sữa nên vú nàng căng tròn. Thằng bé thôi bú, nhè nấm vụ mẹ ra, một nấm vú hồng hồng chứ không thâm đen. Nhìn đầu đứa bé dựa lên ngực mẹ nó, tôi nghĩ chỉ vài tháng trước là đầu Thức dụi lên bộ ngực căng tròn đó và miệng ngoạm lên cái nấm vú hồng hồng đó.

- Chú nhớ chở anh Thức về sớm tối nay, nhe chú?

Chi vừa lên tiếng hỏi vừa ngửng lên nhìn, hai con mắt mở to tròn và đen lánh như hai hột nhãn. Bắt gặp cái nhìn của tôi trên vú mình, Chi kéo áo che lại xong bế đứa bé đi vào nhà trong. Suốt buổi chiều hôm đó nhìn con domino nào tôi cũng chỉ thấy cái nấm vú hồng. Tôi thua cháy túi hôm đó. Những lần sau tôi đến, Chi có vẻ khó chịu nhưng sau dần dà đỡ đi và trở nên thân thiện hơn.

Trong suốt mấy năm quen Thức Chi, tôi thấy họ rất hạnh phúc đậm đà nhất là sau khi có đứa con thứ nhì. Tôi thấy Thức là một người chồng gương mẫu, luôn lo lắng cho vợ, không bao giờ nói chuyện về đàn bà hay nhìn đàn bà khác. Có lần Chi đi Việt Nam cả tháng trời thăm gia đình, bạn bè kéo đến rủ Thức "lợi dụng cơ hội ngàn năm một thuở" nhưng anh thẳng tay khước từ.

Sau vài năm, nhóm domino phải giải tán vì vài người trong nhóm dọn đi tiểu bang khác. Đêm đánh cuối cùng, tôi ngạc nhiên khi thấy Thức chở vợ đến. Chi nói đã giao hai đứa con cho người chị trông vì đêm nay là đêm họp mặt cuối nên nàng đến.

- Chả biết bao giờ gặp chú nữa, có thể không bao giờ nên tôi đến.

Biết Chi nói đùa vì tôi và cặp vợ chồng đó có dọn đi đâu nhưng vẫn thấy cảm động vì câu đó. Ngờ đâu không bao lâu sau tôi đổi việc làm, mua nhà xa hơn nên không gặp lại Chi đúng như câu nói đùa của nàng. Vả lại tôi cũng không thân Thức lắm nên không buồn giữ liên lạc dù chơi domino với nhau đã mấy năm. Bây giờ tình cờ gặp lại anh ta thì không ngờ tất cả đã thay đổi. Cái nấm vú hồng hồng của Chi lại hiện lên óc tôi. Tôi không biết bây giờ nó còn hồng không hay đã thâm đen. Thắc mắc của tôi về đầu vú Chi chưa được giải đáp thì thắc mắc của tôi về sự đổ vỡ của Chi Thức được trả lời. Lại thêm một tình cờ gặp lại người quen cũng tại tiệm phở đó nhưng là một trong những người trong nhóm domino đã dọn đi tiểu bang khác về thăm thân nhân.

- Ông thấy thằng Thức có thay đổi gì không? Khánh hỏi.

Tôi kể lại những thay đổi mình thấy ở Thức.

- Nó có vợ trẻ ở Việt Nam đấy, mới lấy được đâu ba bốn tháng gì.

- A, thảo nào, tôi la lên, trông anh ta trẻ đi cả chục tuổi là ít.

- Đương nhiên phải thế chứ, vợ mới trên hai mươi.

Dù đã nghe nhiều tin về một số đồng hương già ở đây về Việt Nam cưới vợ trẻ, tôi vẫn bị sốc há hốc mồm nhìn Khánh. Chắc mặt tôi nghệt ra trông buồn cười lắm nên anh bật cười làm văng sợi phở xuống bàn.

- Thằng đó là già dịch, chuyên lấy vợ nhí. Ông còn nhớ Chi nhỏ hơn hắn cả mươi tuổi. Già như nó mà được vợ như vậy, khi nào ông về nước kiếm một cô cho đỡ cô đơn? Tụi mình không đánh domino nữa, nó chán không có gì làm bèn đi Việt Nam chơi, đi được vài lần rồi kết một em, sau đó xong ngay. Nàng là con út gia đình từ Bắc vào sau thời kỳ đổi mới, ông già làm chủ mấy nhà máy từ Bắc xuống đến Nam. Cộng sản mà còn giàu hơn tư bản. Nó không kể cho ông hả? Chắc tại nó ngượng. Ai đời hơn bốn năm chục, lại đi lấy con bé mới hai mươi, đi ngoài đường trông như cha con.

Tôi nói với Khánh về căn nhà Thức thuê trên đường Sloat.

- Thế sao? Tôi biết cái nhà đó mà, nhà của chú hắn. Nó ở đó một mình, vợ để lại Việt Nam, sợ đem sang đây vài năm là hư hỏng.

Lợi dụng tính bép xép của Khánh, tôi hỏi khéo về Chi.

- Chắc vợ Thức buồn lắm.

- Chi ấy hả? Tôi không biết được, tôi thấy nàng ta tỉnh bơ không có vẻ gì là bất mãn oán đời. Cũng lạ! Nhưng sao ông không điều tra, ông là dân ở đây mà, còn tôi là khách phương xa, làm gì được. Này, cho tôi địa chỉ *email* đi, tôi gởi cho ông mấy xấp hình đám cưới của tên Thức ở Việt Nam. Hắn cho tôi nhiều lắm nhưng ai có thì giờ xem hết. Tôi sẽ gởi hết cho ông làm *slide show* để xem tiêu khiển.

Chia tay với Khánh xong tôi về lại sở. Tìm được số điện thoại của Chi trong *computer*, tôi cầm ống nói lên nhưng thấy ngại không dám bấm số. Mấy năm trời không gặp không gọi bây giờ tự nhiên điện thoại đến, không lý do chính đáng. Không thể nói tôi biết chồng chị bỏ chị, tôi muốn mò đến thăm. Trong óc tôi rỗng tuếch, tôi chả nghĩ ngợi được gì nhưng một lúc sau nghĩ đến cái vú căng sữa với đầu vú hồng hồng của mình thấy mấy năm trước, tôi lấy gan bấm số.

Một giọng con trai còn bé.

- Hello, who's that?

Tôi nghe tiếng đàn bà sau lưng đứa bé trai "Ai thế con?" Nhận ra ngay giọng Chi, tự nhiên tôi quýnh lên nói.

- Sorry kid, wrong number.

Gác máy, tôi phần thấy tiếc phần thấy nhẹ nhõm. Đến chiều ra sở trên đường về, tôi ngẫm nghĩ rồi quyết định dẹp chuyện Chi qua một bên vì chắc nó cũng chả đi đến đâu. Nó chả đi đến đâu vì tôi sẽ chính là người không cho nó đi đến đâu. Làm sao đi đến đâu được vì tôi không thể đi xa với Chi, dù sao nàng cũng lớn tuổi hơn tôi, một đời chồng và đã hai con. Tôi không bao giờ có ý định ăn ở đời với ai như thế và cũng không muốn nuôi con người khác.

Mấy ngày sau Khánh gởi cho tôi hình chụp đám cưới của Thức và người vợ trẻ ở Việt Nam. Đúng như đã nói trước, hắn gởi hết thảy trên dưới ba chục tấm. Tôi chỉ chú trọng tấm nào có cô dâu. Người vợ mới của Thức là gì trái ngược với Chi, mặt tròn hơn, trông trẻ hơn, quê hơn, hiền hơn, lùn hơn ... Thức thì trông gượng gạo trong những tấm hình chụp chung với người con gái. Một tấm có cha mẹ cô ta, cặp vợ chồng trông không già hơn Thức là bao. Khánh nói trong điện thư cô gái là con út nên cha mẹ có lẽ chỉ hơn Thức mươi tuổi hay ngay cả ít hơn.

Xem hình xong, tôi *delete* cái email của Khánh.

~§~

2

Một buổi trưa Chủ Nhật tháng Chín tôi lên đi lại Golden Gate Park để nghe *opera* ngoài trời miễn phí. Vốn thích *opera*, không có gì làm và nhà gần đó nên tôi đi nghe, sẵn nhìn thiên hạ cho vui. Giữa tháng chín trời còn trong xanh, tôi lững thững đi bộ đến công viên. Không lái xe là đúng vì xe đông nghẹt không tìm được chỗ đậu.

Tiếng hát cao vút soprano trong một hồi của kịch bản *The Magic Flute* Ống Tiêu Thần Diệu của Mozart nghe từ xa xa thật hay. Tôi bước nhanh theo giọng hát về hướng bãi cỏ chính trước khán đài. Nhìn quanh chỗ nào cũng người là người, ngồi san sát nhau. Rời đám đông, tôi đi lại chỗ có mấy cây cao bóng mát. Bị nắng chói mắt, tôi không thấy rõ những ai ngồi sẵn đó. Đến gần nơi nghe như có ai gọi tôi giọng quen thuộc.

- Chú cũng đến đây nghe nhạc nhỉ!

Đưa tay lên che mắt cho đỡ chói rồi nhìn xuống, tôi thấy Chi ngồi xếp trên cỏ, lưng dựa lên gốc cây. Bất ngờ gặp lại Chi như vầy, tôi lúng túng không biết xử sự ra sao, có nên giả vờ không biết gì về chuyện vợ chồng nàng ly dị không. Tôi quyết định giả ngu.

- Thì không có gì làm, vào xem cho vui (ngập ngừng vài giây) ... anh Thức và mấy cháu đâu mà chị đi một mình?

Cái nhìn hóm hỉnh của người thiếu phụ như bảo "Cậu đừng giả vờ không biết" làm tôi chột dạ. Không trả lời câu hỏi của tôi, Chi nói bâng quơ.

- Thật là tự do và thoải mái.

- Ừ, thật là tự do và thoải mái khi mình không có ai.

- Cả ngàn người xung quanh mình thế này nhưng cứ như là không có ai.

- Hôm nay chị triết lý nhỉ nhưng ai chứ chị làm sao không có ai được, như tôi mới là không có ai.

Tiếng vỗ tay nổi lên khi tiếng ngân cao của người *soprano* chết lịm trong tiếng trống chiêng rần rần. Chi vỗ tay theo, tôi khoanh tay nhìn nàng. Chi hôm nay không trang điểm cũng như những lần tôi gặp, thời còn đi lại. Sắc đẹp của nàng tự nhiên, không chải chuốt, không sửa soạn. Nó cứ như vậy, thả theo nắng, cuốn theo gió. Hồn nhiên, vô tư lự. Tôi không thấy có gì trên mặt Chi là buồn bã lo lắng, "tỉnh bơ" như Khánh nói.

- Tôi không biết chú thích *opera*.

- Tôi cũng không biết chị thích *opera*.

- Còn nhiều cái ...

Chi bỏ lửng câu nói nhưng tôi biết ý nói còn nhiều cái về nàng tôi không biết. Tôi đoán Chi không muốn tôi hỏi thêm nên nàng đột nhiên đứng lên, phủi quần rồi nói phải đi. Cũng như Thức, Chi không mời tôi đến chơi. Có lẽ nàng biết tôi còn nhớ cái đầu vú hồng hồng của mình. Uốn éo lách đi giữa đám đông, Chi đi nhanh về con đường đất dẫn ra ngoài cổng. Một người đàn ông đứng hút thuốc gần cổng tiến lại nói gì đó vào tai Chi xong hai người sóng vai nhau đi ra bãi đậu xe. Vì xa và bị chói mắt nên tôi không thấy rõ mặt hắn, chỉ thấy mái tóc húi cua và cặp kính đen. Nhanh quá! Chỉ một năm thôi, mạnh ai đường nấy đi, không hối tiếc, không níu kéo.

Ngồi thêm một lúc xong tôi đi về, cái đầu vú hồng hồng của Chi trong đầu tôi chuyển dần sang thâm.

Làm sao tôi có thể vội quên cái khoác tay thân mật của Chi và người đàn ông đi ra bãi đậu xe! Tôi nuôi hy vọng hão huyền người đó là bà con hay chỉ là một người bạn. Sẵn có cái cớ tình cờ gặp lại nhau vào buổi chiều ngoài công viên đó, tôi điện thoại lại nhà Chi ... để hỏi thăm. Mấy lần đầu gọi đến, nàng trả lời nhưng từ chối khéo lời mời đi chơi của tôi. Không những thế, Chi còn không mở miệng nói cái câu "Tôi bận không đi đâu được nhưng chú rảnh đến chơi" mà tôi mong hết sức được nghe. Những lần sau tôi kêu thì đứa bé trai trả lời nói mẹ đi vắng. Ngốc như tôi cũng biết là Chi tránh mình.

Phải, tôi ghen vì Chi đã có kép mới. Tôi ngỡ dịp may đến với mình nhưng nó chưa đến thì đã tan biến.

. . .

Khánh lại về. Lần này anh ta lôi tôi đi đánh domino tại nhà một người quen dưới San José. Anh nói từ ngày dọn đi chưa được chơi với ai giỏi nên thèm. Lần này sẽ có những tay cự phách, đánh cho bằng thích. Ngồi trên xe nói chuyện một lúc, đề tài chuyển sang vụ Chi và Thức. Khánh hỏi tôi nghĩ sao về người vợ trẻ Thức mới cưới. Tôi cười, nói nàng ta trông nhà quê hơn Chi nhiều, không hiểu tại sao Thức có thể bỏ một người vợ *sophisticated* như thế để rước một nàng trông răng đen mã tấu.

Khánh bật cười.

- Ông chỉ ví von. Làm sao ông biết người ta nhà quê mà chê. Sao ông biết thằng Thức bỏ Chi để lấy vợ khác ...

- Chả lẽ Chi bỏ Thức nên anh ta mới về Việt Nam tìm vợ? Tôi ngắt lời.

Khánh ầm ừ.

- Biết đâu đấy. Tôi nghĩ là thế, là bị vợ bỏ nên nó mới về Việt Nam lấy vợ.

Nghe Khánh nói, tôi nghĩ đến ngay tên thanh niên đón Chi ở Golden Gate Park. Hắn hẳn là nguyên nhân cho mọi chuyện nhưng giả sử như thế không ổn vì tôi không bao giờ chứng kiến hay nghe nói gì về những lục đục giữa Chi và Thức, những chỉ dấu gì cho một đổ vỡ âm ỉ trước khi bùng lên.

- Hắn lại mới đi Việt Nam tuần trước đấy, sẽ đi một tháng.

Tôi lơ đãng nghe, không màng biết đến chuyện đi đứng của Thức. Anh ta muốn đi đâu thì đi, ở đâu thì ở, bao lâu cũng được. Tôi chỉ để ý đến Chi nhưng nàng đã có người khác. Tôi biết mình mẫu thuẫn vì đã kết luận là không thể có quan hệ lâu dài được với Chi nhưng bản tính ghen tuông của con người chế ngự tôi. Khi xe ra khỏi xa lộ 101 để vào phố thì Khánh mới ngừng nói chuyện về Thức. Nhìn mấy khu thương xá mới mở, anh nói.

- Lâu mới về đây, giờ có nhiều cái mới.

Tự nhiên tôi bật bảo.

- Thì cũng như người, lâu không gặp, khi gặp lại trông khác và có những cái mới.

- Ông nói ai thế?

Tôi khoác tay ngụ ý chả có gì vì không muốn kể cho Khánh về Chi và tên bồ mới. Anh ta nhíu mày nhìn tôi sau cặp kính trắng long lanh phản chiếu ánh đèn hắt ra từ các cửa tiệm hai bên đường.

Người bạn của Khánh, một tay địa ốc thành công trong vùng South Bay, làm chủ một căn biệt thự đồ sộ nằm trong một khu yên tịnh trên một con đường đi lên núi. Căn phòng "ăn chơi" to gần bằng cái áp-pạc của tôi trên San Francisco, đầy đủ mọi thứ, bàn bi-da, bàn ping pong, bar rượu, dàn âm thanh và video tối tân ...

Hội domino ngồi quanh một cái bàn xoa mạt-chược trải nỉ đỏ như ở Las Vegas. Năm người, dư một tay, vì chơi kém nên tôi phải ngồi chầu rìa. Tôi không phiền không được chơi khi thấy mỗi người móc xấp tiền mặt ra để trên bàn. Lương công chức của tôi chắc chỉ đủ vài ván. Ngoài Khánh và người bạn địa ốc, hai tay kia trông còn trẻ, trẻ hơn cả tôi. Một tên mặt tròn như mặt trăng ngày rằm mập ù bụng phệ. Tay kia thì mặt gầy như mặt trăng lưỡi liềm, cao lớn, lực lưỡng tráng kiện, có vẻ thể thao. Tóc hắn cắt cua càng làm tăng thêm nét lực sĩ. Hắn có vẻ hãnh diện về nét đẹp thể xác của mình nên lâu lâu gồng bắp thịt tay lên. Tôi nghĩ chơi với tên này dù bắt được hắn ăn gian mình cũng không nên cãi cọ.

Trận domino thật hào hứng. Mới vào mấy ván mà Khánh đã đóng hai đầu mấy lần liên tục, hốt một đống bạc. Trong khi đó, Liêm, tên lực sĩ luôn lãnh mấy con bò to xong bị giết nên xấp giấy bạc của hắn xẹp xuống thật nhanh. Hắn bực tức lớn tiếng phê bình cách chơi. Nghe cái giọng uốn éo Bắc đặc và từ ngữ xử dụng, tôi đoán tên này chắc mới từ Bắc bộ Việt Nam qua, những chữ lạ nghe chướng tai, những chữ mà tôi nghe được từ những vở kịch trong các video đem từ Việt Nam sang. Ngồi xem một lúc tôi đâm chán, bỏ đi ra cái ghế bọc da to tướng cạnh cái bàn con để đèn chụp có một xấp báo, cầm lên một tờ nguyệt san đọc qua loa. Làm rớt tờ báo xuống đất, tôi cúi xuống nhặt lên, thấy cạnh đó một cái túi xách loại đựng quần áo tập thể thao bên ngoài có bảng tên "Liem". Túi mở banh ra. Trong ánh đèn của ngọn đèn chụp, tôi thấy bên trong vài thứ hỗn độn, một quyển sách bìa xám trông rất quen nằm trên cùng. Nhìn gần hơn, tôi nhận ra quyển "Bức Tường" của *Sartre* bản dịch tiếng Việt mà tôi đã thấy nhiều lần ở nhà Thức. Tôi đoan chắc là nó vì mặt bìa có nét mực đỏ nguệch ngoạc mà đứa bé trai của Chi có lần vẽ lên rồi bị mẹ mắng. Nhìn về bàn domino, tôi thấy phía sau Liêm hao hao giống người đàn ông đón Chi chiều chủ nhật nọ. Tôi đi lại gần giả vờ xem đám người chơi nhưng kỳ tình nhìn Liêm từ nhiều phía để định kỹ lại. Đến lúc này tôi quả quyết Liêm là tên đến đón Chi ngoài công viên.

- Thôi! Nghỉ mười phút đã, làm vài ly cognac xong đánh tiếp.

Chủ nhà chợt tuyên bố rồi đứng lên vươn vai. Mấy tay kia nhét tiền vào túi, đi theo chủ nhà lại quầy rượu kéo ghế cao ra ngồi. Sau mấy câu phê bình chầu domino, cuộc nói chuyện chuyển sang vấn đề làm ăn làm giàu rồi sang lãnh vực tình cảm. Ngoài Khánh và người bạn chủ nhà ra, còn lại chưa ai có gia đình.

Người bạn chỉ tôi nói.

- Anh bạn mới này kiếm một bà đi chứ, bốn chục rồi. Có vợ thì có vấn đề của nó nhưng ít ra đỡ cô đơn, ra vào có người kiếm chuyện cằn nhằn.

Tôi đỡ.

- Trễ rồi, già như tôi ai mà thèm. Đàn bà tuổi này đã có gia đình cả.

- Bậy! Thiếu gì bà ly dị chồng. Tìm một trong mấy bà ấy thì xong ngay ... (xong quay nhanh sang Liêm) ... như anh chàng này đây. Nàng bị chồng bỏ, giờ hơn ba chục và hai con nhưng trông còn mát mắt lắm.

Mọi người nhìn Liêm như chờ lời giải thích hay biện minh. Hắn nhún vai ra vẻ đàn anh dù có lẽ là người trẻ nhất ở đây.

- Em biết nhiều người bảo mình dại, sao không về nước tìm một em còn trẻ mà lại theo một phụ nữ đã một đời chồng. Biết nói gì! Tình yêu nó khó giải thích lắm. Em cũng xin nói rõ là nàng bỏ chồng chứ không phải bị chồng bỏ.

Khánh chen vào.

- Nàng bỏ chồng vì ông? Ghê thật.

Liêm cười ra vẻ hãnh diện. Lời nói và cách nói của Khánh nghe thành thật, tôi nghĩ anh chưa biết người đàn bà bỏ chồng để cặp với Liêm là vợ cũ của bạn mình. Lợi dụng lúc ba người kia không để ý, tôi nói riêng với Liêm.

- Lúc nãy ngồi đằng kia tôi tình cờ thấy cái túi của ông mở sẵn, trong có quyển Bức Tường. Nếu được ông cho tôi mượn đọc trong khi mấy ông chơi được không? Trước kia tôi đọc quyển đó nhưng gần xong thì mất sách.

Liêm nói được chứ, xong đi lại cái bị của mình lấy quyển sách ra đem lại đưa cho tôi. Tôi cám ơn, nói sẽ đọc xong trước khi cuộc chơi tàn.

Tôi rút lui về cái ghế da dưới ánh đèn. Cầm quyển Bức Tường trên tay, tôi nhìn kỹ tờ bìa để khỏi lầm. Đích thị là quyển sách ở nhà Chi. Tôi mở đại sách ra, nằm giữa hai trang là một tờ lịch bóc có ngày cách đây đã khá lâu, khoảng hai năm hơn. Tò mò lật mặt sau tờ lịch lên, tôi thấy một giòng chữ viết tay ẻo lả "Liêm 555-3045". Hẳn là chữ viết của Chi vì tôi đã từng thấy nét viết cứng rắn và hơi gà bới của Thức. Vậy là hai người quen nhau trước ngày mà Khánh nói là Thức chán không có gì làm nên về Việt Nam chơi rồi sau gặp một người con gái trẻ mà lấy làm vợ.

"Vậy hóa ra là Chi thật sự đá Thức để theo tên trẻ tuổi này!", tôi nghĩ. Nhét vội tờ lịch bóc vào túi quần, tôi cúi đầu giả vờ đọc sách khi thấy Liêm quay đầu lại nhìn về hướng mình.

Đến hai giờ sáng trận domino mới tàn. Tôi trả quyển sách cho Liêm với lời cám ơn lạnh nhạt.

Trên đường về, Khánh ngạc nhiên về thái độ im lìm của tôi, tôi nói mình buồn ngủ.

. . .

Thêm một lần gặp gỡ không hẹn. Tôi nghĩ nếu cứ gặp nhau bất ngờ thì chẳng mấy chốc tôi có thể biết hết chuyện giữa Thức và Chi. Lạ một điều là tôi gặp lại Chi lần này trong một trường hợp hết sức là không ngờ.

Một buổi chiều thứ bảy mùa đông mưa dầm dề suốt ngày. Vốn tính biếng nhác không thích tập tành thể mà chiều hôm đó không hiểu vì ma lực nào mà tôi xách bị đi *gym* YMCA tập thể dục. Trời đang mưa tầm tã đã thế không tìm được một chỗ đậu xe cho gần. Lấy bị che đầu chạy vào trong thì người tôi ướt hơn nửa. Thay quần áo trong phòng *locker* xong cầm khăn lông đi ra phòng tập tôi mới để ý thấy chỉ loe que vài mạng. Chiều thứ bảy trời mưa chỉ có ai điên hay thuộc loại *workout fanatic* mới đến. Định lại chỗ có dàn máy tạ để tập ngực và tay, tôi nhìn sang khu xe đạp và *tread mills* thấy một người duy nhất, một người đàn bà dáng đẫy đà, đang đạp *stairmaster*. Trời lạnh nhưng nhìn cặp mông tròn chắc nịch nhún nhảy thế kia người tôi nóng ran lên. Lò mò đến gần người đẹp tóc buộc đuôi ngựa sau đầu đánh qua đánh lại theo cặp mông, tôi nhận ra là

Chi. Chưa kịp mở miệng chào tôi đã bị nàng chặn trước.

- Đi đâu cũng bị chú theo, không biết trên thế gian này có chỗ nào không có chú.

Tôi đối lại.

- Chị nói thế tức là cho phép tôi dùng máy bên cạnh.

- Chú cứ tự nhiên nhưng đừng hỏi thêm nhiều.

Đạp được mười phút người tôi vã mồ hôi, hai chân nhũn đi muốn quy xuống trong khi Chi vẫn còn nhún lên nhún xuống tỉnh bơ dù đã bắt đầu tập máy trước khi tôi đến.

- Nghe chú thở hổn hển thế kia làm tôi thấy mệt lây, giọng Chi nghe chế riễu.

Mà tôi mệt thật, thở đứt hơi, không còn sức cãi với Chi. Thêm năm phút nữa tôi bỏ cuộc, bước xuống máy. Hai chân Chi vẫn đạp đều đều, cặp mông tròn trịa vẫn nẩy lên nẩy xuống. Tu một ngụm Gatorade xong, tôi lấy lại được phần nào sức.

- Chị khoẻ thật, chắc đến đây mỗi ngày.

Chi không đáp, để nụ cười kiêu hãnh trả lời thế.

- Chị tập cho sức khoẻ hay có mục đích gì khác? Hay chắc anh Thức quá khoẻ đối với chị nên chị phải tập để kịp sức.

Nụ cười kiêu hãnh pha thêm diễu cợt, Chi lắc đầu.

- Nếu anh Thức mà được vậy thì làm gì có chuyện ...

Tôi chộp lấy ngay dịp may.

- Chuyện gì?

- Anh Thức yếu quá nên tôi bỏ anh ấy rồi!

Tôi không biết cái cười nhếch mép của Chi hàm ý gì nhưng tôi cảm thấy câu nói của Chi lạnh hơn mấy ngụm nước Gatorade đang chảy trong cuống họng tôi xuống dạ dày. Mặt nàng ta tỉnh bơ sau câu nói đó, không buồn nhìn tôi như chờ một câu phán hay một biểu lộ ngạc nhiên. Tất cả là thường tình, thường tình như mình ăn vì đói, uống vì khát. Không gì khác, không gì lạ.

- Nếu chị bỏ anh ấy rồi thì mất thời giờ tập tành làm gì, hay là chị đã có ai ... rất khoẻ!

Mặt Chi đỏ lên. Tôi đoán nàng đang nghĩ đến những bắp thịt trên tấm thân trai tráng của Liêm còn tôi thì thấy lại hai cánh tay lực lưỡng của gã thanh niên trẻ tuổi. Đến lúc này tôi không còn thấy nhu cầu đóng kịch nữa, tôi kể lại cho Chi nghe về lần mình gặp Thức tại tiệm phở nhưng dấu những gì nghe được từ Khánh. Để đo lường Chi biết được thêm gì về người chồng cũ, tôi lại nói láo.

- Thế thì tội nghiệp cho anh Thức, chỉ vì yếu đuối thể xác mà mất vợ, bây giờ phải cô đơn lạnh lẽo, nhất là vào mùa đông vùng này.

Thái độ lạnh lùng của Chi nhanh chóng biến thành một tội nghiệp giả tạo đến sống sượng làm tôi ngượng khi nghe.

- Tôi tội nghiệp cho Thức thật ... mong anh ấy có thể tìm được ai xứng với anh để bớt cô đơn. Tôi biết tính anh ấy không thể ở một mình được, sợ cô đơn lắm. Nếu chú biết cô nào cũng cô đơn thì giới thiệu đi.

Tôi bật cười, thân tôi còn chưa tìm được ai. Định chào từ giã Chi, tôi chợt nghĩ đến quyển Bức Tường. Tôi hỏi nàng cho mượn về đọc. Chi ngẫm nghĩ rồi nói đã lâu không đụng đến sách, không biết nó ở đâu, có lẽ bị mất cũng nên.

- Khi nào tìm được tôi sẽ gọi cho chú biết để đến đem về đọc.

Chi vừa nói vừa nhìn lên màn ảnh TV trên tường cứ như là không muốn nói chuyện nữa. Tôi chào nhưng không nghe tiếng chào lại.

Bên ngoài mưa đã tạnh nhưng trời còn mây vần vũ.

"Khi nào tìm được tôi sẽ gọi cho chú biết để đến đem về đọc. Bố láo! Cô ấy biết mình dọn nhà đã lâu, có biết số điện thoại mình đâu mà kêu với gọi," tôi rủa thầm, vặn chìa khóa đề máy.

~§~

3

Tắt máy xong bật lên lại vài lần, lần nào tôi cũng chỉ thấy cái *blue screen of death*. Tôi hoảng lên. Nếu không dùng máy được thì cái *spreadsheet* cả tuần nay cho dữ kiện vào là đi tỏng. Mà không chỉ cái *spreadsheet* đó đâu, mấy bản phúc trình dài lòng thòng làm xong nhưng chưa nộp lên trên cũng chịu chung số phận. Tôi kêu IT cầu cứu. Họ cho người đến trong vòng nửa tiếng. Tên này cũng tắt máy bật máy như tôi đã làm rồi nói máy hỏng nặng, cần đem về văn phòng hắn xem lại. Tôi dặn hắn phải cố *save* cho tôi mấy cái *files* quan trọng. Tên IT khiêng máy đi, tôi bỏ xuống *cafeteria* mua một ly *cappuccino*. Ngồi bên cửa sổ nhìn cơn mưa bên ngoài, tự nhiên tôi nhớ lại cái hôm trời mưa cũng như hôm này tình cờ gặp lại Chi ở gym. Đã lâu rồi tôi không còn nghĩ đến nàng nữa. Đối với tôi vụ Chi, Thức và Liêm đã "chết", nói theo kiểu Mỹ. Tôi không còn gì liên quan đến họ và những gì giữa họ. Hình ảnh cái đầu vú hồng hồng và cặp mông tưng lên tưng xuống của Chi cũng mờ dần trong đầu tôi.

Chiều gần giờ tan sở thì IT điện thoại đến cho biết máy đã sửa xong và sẽ cho người đem lại. Tôi đành phải ngồi chờ cho đến khi máy được gắn lại và chạy thử.

- Cái đĩa cứng bị hư, chúng tôi gắn đĩa mới. May cho ông, chúng tôi *save* được một số *files* và bỏ trong *folder oldfiles* đĩa mới. Gồm một số văn kiện, *spreadsheet*, hình vân vân ...

Tên IT nói vậy trước khi đi ra, tôi vội vào *folder* đó để kiểm lại. Tất cả những *files* quan trọng nằm đó tất. Tôi cảm thấy nhẹ nhõm trong lòng. Trong đám hồ sơ được *save*, tôi thấy vài cái *files* có tên lạ. Tôi biết đó là hình vì có *extension jpg* nhưng không nhớ là mình lấy ở đâu ra và vào lúc nào. Mở một tấm *jpg* , tôi nhận ra là hình đám cưới Thức ở Việt Nam mà Khánh gởi cho tôi tự khi nào. Dù đã *delete* cái email của Khánh nhưng tôi đem hình xuống disk nên giờ vài tấm vẫn còn đó. Chán không có gì làm và gần giờ về, tôi bật *slide show program* lên để xem xấp hình. Lần này tôi để ý đến những tấm tôi chỉ xem phớt qua lần đầu. Đến một tấm chụp một nhóm đàn ông ngồi uống rượu, tôi chợt thấy một khuôn mặt quen quen. Tôi ngừng hình lại để xem cho kỹ. Phóng đại hình lớn lên, dù nét hơi lòe đi, tôi thấy hình như đó là Liêm. Không tin vào mắt mình, tôi nhìn gần hơn kỹ hơn. Đích thị là Liêm, mà sao hắn lại có mặt trong đám cưới của Thức? Xem hết xấp hình, tôi không thấy tấm nào khác có Liêm.

Suốt quãng đường đi xe điện về nhà, tôi cố nghĩ ra tất cả những lý do gì nghe có lý cho việc có mặt của Liêm trong bữa tiệc cưới của Thức cũng như những liên hệ gì khả dĩ giữa Liêm và vụ ly dị của Thức và Chi. Rồi Chi có biết là Liêm biết Thức không? Quá nhiều giả thuyết! Tôi quên bằng là mình đã quyết định khai tử những quan tâm và thắc mắc về cái chuyện thiên hạ này. Tôi quyết định lần này mình khai tử chúng thật sự.

. . .

- Nhanh lên ông, vào trễ hết ghế ngồi đó.

Khánh vừa nói vừa rảo chân bước nhanh lên. Đến trễ không tìm được chỗ đậu xe gần, tôi phải để xe trên đường Số Một gần công viên Thánh James nên đi bộ khá xa. Trên mấy còn đường dẫn đến Trung Tâm Trình Diễn Nghệ Thuật tôi thấy đông đảo đồng hương khoác tay nhau cùng đi về chỗ buổi dạ hội ca nhạc tất niên. Tháng hai giữa mùa đông lạnh lẽo cho người ta lý do khoác đủ loại áo lạnh đúng thời trang hiện đại. Nhìn những cặp dìu nhau đi, tôi ước thầm có được một tấm thân đàn bà nào mềm mại để ôm ấp trong tay thay vì đang cố nhanh chân theo kịp Khánh, lại một lần nữa mò về Cali, lần này vào dịp Tết vì "bên kia chỉ thấy lũ cao bồi phóng xe *truck*, chả có gì Việt Nam". Rồi tôi cũng phải về nước tìm một nàng như Thức nếu không muốn cảnh già hiu quạnh. Bắt kịp Khánh, tôi nói cho anh ý nghĩ đó.

Anh ta cười.

- Để làm gì? Như tôi đấy à, rốt cuộc cũng bỏ vợ ở nhà một mình để bay sang đây đi chơi với ông. Hai thằng đực rựa với nhau!

Không đồng ý với Khánh nhưng tôi không phản đối, mắt vẫn đảo quanh nhìn những cặp tài tử giai nhân ôm nhau cười nói trông thật hạnh phúc.

Từ ngoài đường trời tối trong ánh đèn đường lu mờ vào bên trong *lobby* đèn sáng trưng mới thấy người ta ăn diện đến mức nào. Nhìn mình và Khánh, tôi thấy một tên đã có vợ, tên kia thì ế vợ có khác, ăn mặc chẳng ra gì là "dạ hội ca nhạc".

Buổi đại nhạc hội dạ vũ khá lớn đông đảo, chỗ nào cũng người là người. Trong đại sảnh có đến ít nhất là hàng trăm bàn trải khăn trắng, bàn nào cũng có người ngồi kín mít. Khánh và tôi tìm được chỗ ngồi xa sân khấu. Đến để nghe nhạc và xem diễn chứ không để nhảy vì không có đào, Khánh bực ra mặt. Tôi bảo hắn ngồi đó còn mình ra quầy rượu mua hai chai bia. Đứng cuối hàng, tôi đếm nhẩm số người trước mình ước lượng phải chờ bao lâu mới đến lượt, ít nhất là mười lăm phút.

- Sao? Cậu thấy buổi ca hát tất niên như vầy được hơn ở Sài Gòn không?

Giọng ồ ề ai nói vang lên trong hàng tôi đang đứng, chỉ cách vài người, giọng nghe thật quen tai rồi một giọng uốn éo Bắc đặc mà tôi đã một lần nghe đâu đó đáp lại.

- Hơn Hà Nội chứ không hơn được Sài Gòn đâu anh ạ. Em dám đảm bảo với anh thế!

Tôi lục lọi trong óc, "À! lần đưa Khánh đi đánh domino dưới đây. Cái tên đó tên là gì? Cái tên cặp với Chi. Liêm!" Từ một cái góc nào đó trong óc tôi, tấm hình chụp Liêm tại bữa tiệc của Thức ở Việt Nam hiện lên.

Giọng Thức trả lời.

- Cậu nói đúng đấy. Tôi chưa về Sài Gòn vào dịp Tết lần nào nhưng mấy lần trước về thì thấy cũng ... huy hoàng và sống động lắm. Hà Nội chưa ra nên chưa biết.

Định đi lại chào họ, tôi nghĩ sao đứng tại chỗ cố gióng tai lên nghe tiếp nhưng tiếng nhạc trỗi lên át mất đi tiếng Thức và Liêm. Mười phút sau thì đến lượt họ mua rượu, mỗi người mua một chai bia và ly rượu vang rồi đi về dẫy bàn đầu sát sàn nhảy. Tôi đoan chắc Chi và cô vợ mới của Thức, hay ít ra là Chi, ngồi đó. Thức cao nên tôi nhìn theo dễ dàng họ đi về bàn nào.

Khánh lấy làm lạ về thái độ trầm ngâm của tôi khi tôi đem nước về bàn. Tôi đang phân vân không biết có nên nói cho Khánh không thì chương trình ca nhạc bắt đầu, đèn đóm mờ đi. Trong khung cảnh mù mờ của chốn ăn chơi với tiếng nhạc ầm ĩ tôi không cảm thấy muốn nói chuyện với lại trong đầu lúc này đang tìm cách lại gần bàn Chi xem họ làm gì. Sau mấy bài hát, tôi nói với Khánh mình cần đi phòng vệ sinh xong lẩn vào đám đông, đi lần lại chỗ Thức và Chi ngồi. Đến gần tôi chỉ thấy bóng dáng hai người đàn bà, có lẽ Thức và Liêm đi ra ngoài hút thuốc vì bị cấm hút bên trong. Tôi nhận ra Chi còn người đàn bà kia thì trông lạ, có thể là vợ mới của Thức nhưng không đủ ánh sáng để tôi nhìn kỹ.

Đèn đổi mầu, tiếng nhạc rumba dập dình. Tôi kéo áo cho thẳng, hít một hơi dài rồi bước lại bàn Chi.

- Tôi không theo rình chị đâu, tình cờ gặp thôi. Thấy chị ngồi một mình, tôi lại xin chị một bài *rumba* cho đỡ ngứa chân.

Chi nhìn bàn tay tôi đưa ra phía trước, vẻ ngần ngại. Nàng quay sang nhìn người đàn bà bên cạnh. Tôi cũng nhìn người đàn bà đó thật kỹ. Một khuôn mặt còn rất trẻ, tròn trịa dù bây giờ lên son phấn, tóc bới cao, đúng là người con gái trong mấy tấm hình Khánh gởi. Tôi biết Chi ngại vì Thức và Liêm có thể trở lại bàn vào bất cứ lúc nào nhưng điều tôi không hiểu là tại sao Chi ngại tôi gặp họ. Chính thức ra Chi và Thức ly dị, mỗi người đi đường riêng, có tình riêng rồi gặp lại nhau tại buổi dạ hội. Thật đơn giản.

- Chưa từng được nhảy với chị lần nào nhưng trước kia nghe anh Thức nói chị đi *rumba* hay lắm.

Đến lượt người con gái mặt tròn đưa mắt nhìn Chi. Nụ cười gượng gạo trên môi, Chi đứng lên nắm tay tôi lôi ra *piste* qua tuốt bên kia gần sân khấu. Nhìn Chi thật gần, tôi thấy nàng thật đẹp, cái đẹp mặn mà nồng nàn của người không bao giờ thiếu tình yêu, không khác gì đóa hoa hồng đỏ nở hoàn toàn khoe những cánh hoa đỏ tươi thắm. Dìu Chi trong tay, hình ảnh hai đầu vú hồng hồng của nàng ngày nào hiện lên lại trong óc tôi. Tôi nhìn xuống. Đêm nay Chi mặc áo hở phần ngực trên. Tôi thấy ngực nàng thở phập phồng lên xuống. Tôi biết Chi không mặc xú-chiêng nhưng chiếc áo đen cắt thật khéo bó sát người không hở ra để tôi có thể thấy hai đầu nhũ hoa của nàng. Lợi dụng sàn nhảy chật đông người, tôi kéo Chi sát vào mình hơn. Trời ơi! Mùi hương thơm da thịt của Chi làm tôi ngây ngất. Tấm thân mềm mại của Chi làm tôi đê mê. Tôi muốn ôm nàng sát hơn nhưng không dám. Cúi đầu sát vào tai Chi, tôi hỏi nàng đi với "kép" không hay chỉ đến với cô bạn gái nhưng Chi lắc đầu, đưa tay chỉ vào cái loa gần đó như nói ồn quá không nghe gì được. Tôi đoan chắc nàng nghe câu tôi hỏi nhưng không muốn trả lời.

Bài hát vừa dứt, Chi vội buông tay tôi xong nói.

- Cám ơn chú. Xin lỗi chú, hôm khác mình gặp nói chuyện đi. Chú còn đi cái gym YMCA đó chứ?

Tôi vừa gật đầu thì Chi đã quay lưng hấp tấp đi về lại bàn. Thấy Thức và Liêm từ ngoài cửa đi vào, tôi lần đi vòng sau những dãy bàn sát tường để tránh họ.

Trên đường về, Khánh than đại nhạc hội chán phèo, biết thế đem vợ theo để có người nhẩy. Tôi cười thầm trong bụng, ít ra mình được ôm trong tay, dù chỉ vài phút, thân hình mà mình mơ ước được ôm đã từ lâu.

Những tuần lễ sau tôi đi gym thường hơn nhưng không thấy Chi. Tôi bớt đi dần.

~§~

Cuối

Vogliatemi bene,
un bene piccolino,
un bene da bambino
quale a me si conviene,
vogliatemi bene.

Butterfly khẩn khoản nói tình nhân hãy yêu nàng dù chỉ một ít, hãy yêu nàng như yêu trẻ thơ. Giọng ca người *soprano* nghe nức nở. Trời tháng chín năm nay trong xanh thật đẹp. Như thường lệ, cả công viên chật người ngồi trong buổi hát *opera* ngoài trời ngày Chủ Nhật. Tôi ra đứng chỗ cái cây lần trước gặp Chi ở đó. Đầu cứ tưởng tượng sẽ gặp lại nàng, tôi thất vọng khi không thấy. Tối hôm trước tôi chợt nghĩ nếu hôm sau đi xem *opera*, biết đâu sẽ gặp lại Chi. Và nếu gặp lại người trong mộng một mình một lần nữa thì tức là trời đã an bài số phận và tôi phải nói thế cho nàng nghe.

"Biết đâu người đẹp có đó. Lại thêm một ý tưởng hão huyền!", tôi cười thầm về cái mơ mộng xa vời đó.

Dicon ch'oltre mare
se cade in man dell'uom,
ogni farfarla
da uno spillo è trafitta
ed in tavola infitta!..

Butterfly tả nỗi lo sợ vì nghe nói nơi quê hương của tình nhân con người ở đó độc ác dùng kim nhọn đâm xuyên qua con bướm nào bất hạnh rơi vào tay kẻ dã man để gắn lên bảng gỗ.

Đang thưởng thức giọng hát ru hồn, tôi cảm thấy ai vỗ lên vai mình. Quay sang tôi giật mình thấy Chi đứng sát bên cạnh. Tôi lên tiếng chào. Nàng chào lại thật khẽ. Chi trưa nay trông khác hẳn Chi đêm dạ vũ. Lạc lõng, cô đơn, buồn!

- Anh Thức không đi với chị sao?

Chi không buồn giải thích hay cải chính, chỉ nhếch mép cười.

- Anh ấy đi Việt Nam rồi.

- Đương nhiên, vợ ở bên đó mà.

Chi lắc đầu, nụ cười buồn, giọng cũng buồn.

- Lần này chắc không về.

- Cái cô gái trẻ tôi gặp kỳ dạ hội Tết, phải không?

- Chả dấu chú, cô đó thì ở đây với chồng.

- Liêm?

- Chú tài thật, biết hết. Tụi tôi giúp vợ chồng Liêm với Thanh sang đây bằng cách lấy giả nhưng những lần về Việt Nam làm giấy hôn thú với cô Thanh ấy, anh Thức đã gặp người khác.

- Và lần này anh lấy thật. Buồn nhỉ!

Tôi chờ Chi nói câu "Bây giờ thì thật là tự do và thoải mái" nhưng không, nàng chỉ nói *"Bye"* xong quay lưng đi, cũng trên con đường đất dẫn ra ngoài cổng công viên nhưng là những bước chân như lê đi. Chi ra đến ngoài cổng một mình. Không ai đang chờ.

> *Un bel dì, vedremo*
> *levarsi un fil di fumo sull'estremo*
> *confin del mare.*
> *E poi la nave appare.*
> *Poi la nave bianca*
> *entra nel porto, romba il suo saluto.*
> *Vedi? È venuto!*

Butterfly hát lên mơ tưởng của mình cho một ngày nào đó khi chiếc chiến hạm cập bến, đem trả lại cho nàng người tình xưa.

~ *HẾT* ~

Thu 2007

Cám Ơn

Về tác giả

Bùi ngọc Khôi ra đời tại Hà Nội năm năm mươi mốt, theo cha mẹ di cư vào Sài Gòn năm năm mươi tư khi đất nước bị chia đôi, di cư một lần nữa sang Hoa Kỳ năm bẩy mươi lăm, hiện cư ngụ với gia đình tại Vùng Vịnh Bắc California.

Đã cộng tác với các tạp chí Hợp Lưu, Văn, Văn Học và Tân Văn.

Liên lạc **khoi@buikhoi.net**

Cùng tác giả

Bạn tình
Dấu vết của cha
Tập truyện Sài Gòn
Giá phải trả
Người đàn bà ở một mình trên đồi vắng
Tập truyện tình phớt
Tập truyện kinh dị

Made in the USA
Charleston, SC
13 September 2016